Frá Broken til Bonded

Að endurbyggja nánd fyrir taugavíkjandi parið

Jessica Hintz,
Bandaríkin, 2025

Áletrun

Bókartitill: Frá brotnu til bundið
Undirtitill bókarinnar: Rebuilding Intimacy for the Neurodivergent Couple
Höfundur: Jessica Hintz

Höfundur: Jessica Hintz
Hafðu samband: boxingboy898337@gmail.com

INNIHALD

Kafli 1: The Intimacy Disconnect

Nánd er oft rómantísk sem náttúruleg, sjálfsprottin tengsl sem einfaldlega *smellir* milli tveggja manna. En fyrir mörg taugavíkjandi pör getur þessi hugsjón verið sársaukafull utan seilingar. Aftengingin er ekki vegna skorts á ást eða skuldbindingu; frekar er það afleiðing mismunandi tilfinningavinnslukerfa, samskiptastíla og skynþarfa. Í þessum kafla skoðum við dýpri tilfinningalegt misræmi sem venjulega kemur upp í taugavíkjandi samböndum og hvernig þau geta rýrt nánd með tímanum rólega - oft án þess að hvorugur maki geri sér fulla grein fyrir hvað er að gerast.

Þessi kafli opnar dyrnar að því að skilja hvers vegna ást, þó hún sé til staðar, finnst hún kannski ekki „móttekin“ eða „skilin“. Við kannum hvernig pör geta orðið tilfinningalega fjarlæg, ekki vegna þess að þeim er sama, heldur vegna þess að þau starfa með mismunandi tilfinningamál og ósagðar væntingar. Við deilum líka sögu af raunverulegu pari – Adam og Leilu – sem hættu saman ekki vegna svika heldur vegna uppsafnaðrar tilfinningalegrar þreytu. Saga þeirra setur tóninn fyrir það sem er mögulegt: að með innsýn, sjálfsvitund og hagnýtum verkfærum sé endurtenging ekki aðeins möguleg heldur oft þýðingarmeiri en áður.

Tilfinningalegt misræmi í taugavíkjandi samböndum

Hugmyndin um „tilfinningalegt misræmi" kemur oft fram hjá pörum þar sem annar eða báðir aðilar eru taugasveigjanlegir - einhverfur, ADHD eða á annan hátt með mismunandi tengingar hvað varðar félagslega og tilfinningalega úrvinnslu. Hefðbundin líkön um nánd setja munnlegar staðfestingar, viðvarandi augnsamband, óbeðinn tilfinningalega staðfestingu og samstillta tjáningu ástúðar í forgang. Þessar væntingar eru oft settar af taugatýpískum viðmiðum og styrktar af fjölmiðlum, menningarlegum skilaboðum og jafnvel velviljaðri meðferð.

En taugavíkjandi einstaklingar upplifa oft ekki eða tjá nánd á þennan hátt. Fyrir einhvern á einhverfurófinu gæti munnleg tjáning ástúðar verið þvinguð eða vitsmunalega álagandi. Þeir geta tjáð ást með hagnýtri hjálp, hollustu eða sameiginlegum venjum. Einstaklingur með ADHD getur aftur á móti tjáð ástúð með hvatvísi - með tilfinningaupphlaupum eða stórum látbragði - fylgt eftir með truflunum eða tilfinningalegri afturköllun vegna truflunar á framkvæmdastjórn, oförvunar eða kulnunar.

Þegar þessir mismunandi stílar mætast geta þeir lent í árekstri. Samstarfsaðili sem leitar stöðugrar munnlegrar fullvissu getur fundið fyrir að hann sé ekki elskaður eða hunsaður af maka sem lýsir ástúð með hljóðlátri þjónustu. Félagi sem þarf meira pláss vegna skynjunarálags kann að virðast fjarlægur eða kaldur fyrir einhvern sem þráir nálægð. Þetta er ekki bilun í sambandinu - það er bilun í þýðingar.

Saga: Adam og Leila - Ást án skilnings

Adam og Leila höfðu verið saman í fjögur ár. Adam greindist með ADHD í háskóla og Leila hafði nýlega uppgötvað að hún væri einhverf. Í fyrstu var samband þeirra ástríðufullt og fullt af tengslum. Sjálfsprottið eðli Adams dró Leilu út fyrir þægindarammann sinn. Stöðugleiki Leilu grundvallaði Adam í óskipulegum þáttum hans.

En með tímanum fór þeim að líða eins og ókunnugum. Adam varð svekktur vegna tilfinningalegrar afstöðu Leilu. „Þú segir aldrei að þú elskir mig nema ég spyr," sagði hann. Leila, aftur á móti, fannst óútreiknanleg og stöðug þörf Adams fyrir hughreystingu vera tæmd. „Ég þarf ró, ekki flugelda," reyndi hún að útskýra, en Adam heyrði það sem gagnrýni.

Það sem hvorugur gerði sér grein fyrir var að leiðir þeirra til að sýna kærleika voru í grundvallaratriðum ólíkar – og báðar gildar. Hraðar tilfinningabreytingar Adams voru ekki sveiflur, heldur mikil næmni og hvatvísi sem er algeng hjá ADHD. Þörf Leilu fyrir rútínu og barátta hennar við orðatilfinningar voru ekki kuldi heldur hluti af einhverfu prófílnum hennar.

Samband þeirra endaði ekki vegna þess að þau elskuðu ekki hvort annað, heldur vegna þess að þau skildu það ekki ennþá *hvernig* að elska hvert annað eins og hverri manneskju gæti raunverulega liðið.

Þessi kafli stoppar ekki við sársaukann vegna sambandsleysis þeirra. Þess í stað er það fyrirboði annars þáttar ferðar þeirra, sem við munum koma aftur að í síðari köflum: hvernig þeir byrjuðu að endurbyggja tengsl sín þegar þeir gátu nefnt bilið, ekki sem mistök, heldur sem mismun.

Hægur bruni tilfinningalegrar kulnunar

Tilfinningaleg kulnun í taugavíkjandi samböndum læðist oft hægt inn. Einum maka gæti farið að finnast hann gefa of mikið og fá of lítið. Þeir geta tekið að sér hlutverk tilfinningaþýðanda, frumkvöðuls eða skipuleggjanda, sem leiðir til langvarandi þreytu og gremju. Taugavíkjandi félagi gæti verið ómeðvitaður um hversu mikið tilfinningalegt erfiði er beðið af þeim - eða gæti raunverulega átt í erfiðleikum með að mæta þessum þörfum vegna truflunar á framkvæmdastjórn, seinkun á vinnslu eða skynjunarofhleðslu.
Kulnun í þessu samhengi virðist ekki dramatísk. Það er venjulega ekki stór slagsmál eða skilgreinandi svik. Það er hægur afturköllun áreynslu, hægfara veðrun tilfinningalegs öryggis og uppbygging þögulra vonbrigða. Og oft, þegar pör átta sig á því sem er að gerast, eru þau þegar djúpt ótengd.
Í tilfelli Adams og Leilu kom kulnun fram á lúmskan hátt. Leila byrjaði að forðast líkamlega nánd, óvart af ófyrirsjáanleika snertingar Adams. Adam byrjaði að eyða meiri tíma einn, óviss um hvernig hann ætti að ná til hennar. Þeir hættu að tala um daginn sinn. Þau hættu að hlæja saman. Ástin fór ekki - en brúin sem tengdi saman tvo innri heima þeirra hafði hægt og rólega hrunið undir þunga óuppfylltra þarfa.
Þessi tegund af tilfinningalegri veðrun er ekki eingöngu fyrir taugavíkjandi pör - heldur *ástæður* á bak við það eru oft. Misskilin skynjunaróskir, erfiðleikar við viðvarandi athygli, vandamál sem koma af stað ástúð eða samræðum og langvarandi sjálfsefa sem mótast af margra ára misskilningi - þetta eru taugavíkjandi veruleikar sem geta haft áhrif á tengsl á ósýnilegan en djúpstæðan hátt.

Nefndu aftenginguna sem fyrsta skrefið

Eitt af áhrifamestu skrefunum sem par getur tekið er að nefna sambandsleysið - ekki sem sönnun um ósamrýmanleika, heldur sem sönnun þess að þau þurfi nýtt líkan. Þetta þýðir að færa frásögnina frá „við erum biluð" yfir í „lagnir okkar eru öðruvísi. Rétt eins og tvær manneskjur geta talað mismunandi móðurmál og enn orðið ástfangnar – með fyrirhöfn, þýðingum og æfingum – geta taugaskiptingar pör byggt brýr yfir tilfinningalegan mun.

Að viðurkenna tilfinningalegt misræmi krefst þess að hver félagi frestar sökinni. Það krefst samúðar með sjálfinu og hinu. Það kallar á fyrirspurn: *Hvernig sýni ég náttúrulega ást? Hvernig finnst mér ég náttúrulega elskaður?* Þessi fyrirspurn snýst ekki um að breyta maka þínum; þetta snýst um að skilja ykkur bæði betur.

Í síðari köflum munum við kanna verkfæri og aðferðir til að endurreisa þessi tilfinningalega tengsl – endurskilgreina ástarmál, setja skýra samninga, nota skipulagða nánd og taka þátt í gagnkvæmri ígrundun. En hér, í þessum grunnkafla, er markmiðið einfalt: greina sambandsleysið og skuldbinda sig til forvitni í stað gagnrýni.

Hvers vegna þessi kafli skiptir máli

Þessi kafli er ekki hannaður til að kenna á eða gera einn félaga að vandamálinu. Þess í stað kynnir það nýja hugmyndafræði til að skilja nánd í taugavíkjandi samböndum - sem á sér rætur í taugavísindum, tilfinningalæsi og sameiginlegu mannkyni. Það hvetur lesendur til að sleppa takinu á óraunhæfum væntingum sem mótast af taugatýpískum stöðlum og spyrja í staðinn: *Hvernig lítur ástin út á okkar tungumáli?*

Fyrir pör sem finnst glatað býður þessi kafli upp á spegil – og kort. Það sýnir þeim að þeir eru ekki einir. Það gefur baráttu þeirra samhengi og reisn. Og síðast en ekki síst, það opnar dyr til vonar. Ef vandamálið er ekki skortur ást heldur skortur á skilningi, þá er vinnan ekki að finna nýja ást, heldur að læra nýjar leiðir til að elska.

Hugleiðandi spurningar fyrir lesandann

Til að hjálpa lesendum að hefja ferð sína um endurtengingu lýkur þessum kafla með blíðum, hugsandi leiðbeiningum:

- Þegar mér finnst ég vera mest elskaður, hvað er venjulega að gerast?
- Hvernig hef ég tilhneigingu til að sýna ást? Er tjáning mín munnleg, líkamleg, hagnýt eða tilfinningaleg?
- Í fyrri átökum um nánd, hvað gæti hafa verið misskilningur frekar en höfnun?
- Hef ég gert ráð fyrir að maka mínum sé alveg sama, þegar hann getur einfaldlega tjáð umhyggju á annan hátt?
- Hvað myndi það þýða að hætta að túlka mismun sem bilun?

Niðurstaða

Nánd byggist ekki eingöngu á líkindum - hún er mótuð í bilinu á milli ólíkra. Þegar taugavíkjandi pör standa frammi fyrir tilfinningalegri tengingu er það sjaldan vegna skorts á áreynslu eða ást. Það er oftar afleiðing kerfismisræmis sem hægt er að bregðast við, aðlaga og sigla með ásetningi.

Þessi fyrsti kafli leggur grunninn að þessari vinnu. Það staðfestir sársaukann sem fylgir sambandsrof en dregur einnig úr þeirri fölsku trú að slík sambandsrof þýði að sambandið sé dauðadæmt. Þess í stað býður það upp á öfluga endurgerð: *ástin er ekki vandamálið — þýðingin er það*. Og þýðing er kunnátta sem hægt er að læra, æfa og læra saman.

Í köflum sem fylgja munum við kanna nákvæmlega hvernig.

Kafli 2: Ást á annarri tíðni

Oft er litið á ást sem alhliða tungumál - eitthvað eðlislægt, sjálfsprottið og náttúrulega deilt á milli tveggja manna. En fyrir taugavíkjandi einstaklinga fer upplifun og tjáning ást oft ekki hefðbundnum leiðum. Það sem annar félagi kann að telja augljóst ástúðarverk, kann hinn kannski alls ekki. Þetta er ekki vegna skorts á tilfinningum, heldur mun á því hvernig ást er skynjað, unnin og miðlað.

Í þessum kafla ögrum við hefðbundnum hugmyndafræði um hvernig ást „ætti" að líta út og skipta þeim út fyrir víðtækari skilning á tilfinningalegri tjáningu í taugaafvikum samböndum. Við könnum hvernig taugavíkjandi hugar starfa á annarri tilfinningatíðni - sem er oft misskilin, gleymst eða dæmd af taugatýpískum stöðlum.

Í lok þessa kafla munu lesendur öðlast dýpri þakklæti fyrir fjölbreyttar leiðir sem hægt er að tjá ást, læra að bera kennsl á og virða eigin tilfinningalega stíl og byrja að aflæra skaðlegar goðsagnir sem kunna að hafa verið innbyrðis í gegnum áralanga félagslega ástand.

Misskipting væntinga

Í mörgum samböndum sem taka þátt í taugavíkjandi einstaklingum er oft misræmi á milli þess hvernig ást lítur út fyrir einum maka og hvernig hún er tjáð af hinum. Til dæmis getur taugatýpískur félagi búist við sjálfsprottnum munnlegum staðfestingum, reglulegri líkamlegri ástúð eða stöðugu augnsambandi til að finna fyrir tilfinningalegum tengslum. Aftur á móti getur taugavíkjandi maki átt í erfiðleikum með þessar tjáningarform vegna skynnæmis, tafa í vinnslu, mismunar í félagslegum samskiptum eða áskorana um tilfinningalega stjórnun.

Þetta misræmi er oft rangtúlkað. Einn maki kann að finnast tilfinningalega vanrækt eða óæskilegur. Taugavíkjandi maki getur fundið fyrir óvart, ruglaður eða gagnrýndur fyrir að „gera ekki nóg", jafnvel þegar hann reynir sitt besta á sinn hátt.

Þessi tilfinningalega rof eru sjaldan viljandi. Þeir stafa af mismunandi taugafræðilegum sniðum, ekki af tillitsleysi eða afskiptaleysi. Að skilja þennan mun – og staðfesta hann – er mikilvægt skref í að byggja upp samúð innan sambandsins.

Litbrigði taugavíkjandi tjáningar

Ástúð, fyrir taugavíkjandi einstaklinga, getur tekið á sig margar myndir sem oft verða óþekktar. Einstaklingur með einhverfu getur tjáð ást með því að muna eftir óskum maka, skapa uppbyggingu í daglegum venjum eða bjóða upp á hagnýta hjálp. Þeir geta forðast líkamlega ástúð, ekki vegna þess að þeir eru kalt eða halda aftur af, heldur vegna þess að skynnæmi gerir ákveðnar tegundir snertingar óþægilegar. Forðast má augnsnertingu, ekki vegna virðingarleysis, heldur vegna þess að það er ágengt eða truflandi.

Einstaklingur með ADHD getur sýnt ást með spennu, húmor og mikilli tilfinningalegri orku, en glímir við eftirfylgni eða samkvæmni vegna áskorana um virkni stjórnenda. Ákafur fókus þeirra getur breyst hratt, sem getur verið rangtúlkað sem áhugaleysi þegar það er í raun endurspeglun á taugafræðilegum breytileika.

Tilfinningaleg bandbreidd, tímasetning og tjáningarmáti er mjög breytileg milli taugavíkjandi einstaklinga og jafnvel innan sama einstaklings með tímanum. Samhengið skiptir máli - hvort einstaklingurinn er í kulnun, oförvun, stjórnlaus eða tilfinningalega öruggur gegnir lykilhlutverki í getu þess til að gefa og þiggja ást.

Afgreiðsla goðsagna og staðalmynda

Þessi kafli fjallar kerfisbundið um og tekur í sundur nokkrar af skaðlegustu goðsögnum og staðalímyndum um taugavíkjandi einstaklinga og getu þeirra til að elska:

Goðsögn 1: Taugavíkjandi fólk skortir samúð.

Þetta er ein skaðlegasta og viðvarandi goðsögnin. Í raun og veru finnst mörgum taugavíkjandi fólki *of mikið*-fyrirbæri sem oft er nefnt ofursamkennd. Áskorunin er ekki skortur á tilfinningum, heldur oft erfiðleikar við að tjá eða stjórna yfirþyrmandi tilfinningalegum inntaki.

Goðsögn 2: Þeim er sama um aðra.

Hegðun sem virðist tilfinningalega aðskilin - eins og að svara ekki textaskilaboðum, gleyma afmæli eða eiga í erfiðleikum með að gefa hrós - getur verið vegna truflunar á framkvæmdastjórn, tímablindu eða kvíða, ekki afskiptaleysis.

Goðsögn 3: Ef þeir elskuðu mig myndu þeir reyna meira.

Þessi misskilningur jafnar ást og frammistöðu. Það hunsar þá ósýnilegu áreynslu sem taugavíkjandi einstaklingar leggja oft í daglega starfsemi. Bara að komast í gegnum daginn getur verið tæmandi og leiðirnar sem þeir sýna ást geta verið lúmskur, skipulögð eða ómálefnaleg.

Goðsögn 4: Neurodivergent ást er ekki „raunveruleg“ eða „djúp“.

Þvert á móti mynda margir taugavíkjandi einstaklingar djúpt trygg, sterk tilfinningabönd. Ást þeirra endurspeglar kannski ekki samfélagsleg viðmið, en hún einkennist oft af einlægni, staðfestu og sterkri ábyrgðartilfinningu.

Með því að horfast í augu við þessar goðsagnir býður kaflinn hjónum að sleppa takinu á óraunhæfum væntingum og skipta þeim út fyrir samúð og forvitni.

Mikilvægi ásetnings og túlkunar

Annað lykilhugtak sem kannað er í þessum kafla er hlutverk *ásetningur á móti túlkun* í tilfinningaskiptum. Þegar maki tjáir ást á þann hátt sem er ekki í takt við okkar persónulega tungumál, er auðvelt að mistúlka þá athöfn – eða skort á honum – sem misbrestur á umhyggju. En í mörgum taugadreifandi samböndum vantar ekki tjáningu ástarinnar - það er einfaldlega rangt lesið.

Reframing ást sem aðgerð af *ætlun* frekar en frammistaða getur breytt allri kraftinum. Til dæmis, félagi sem býr til töflureikni með sameiginlegum tímaáætlunum eða skipuleggur hvert frí niður í smáatriði kann ekki að virðast rómantískur í hefðbundnum skilningi, en gæti verið að bjóða upp á djúpa tjáningu umhyggju og andlegrar vinnu.

Það er nauðsynlegt að hjálpa pörum að þróa tilfinningalega þýðingarfærni. Að viðurkenna að „tungumál" maka þíns innihaldi kannski ekki blóm eða stórar munnlegar yfirlýsingar – en gæti falið í sér að leysa tæknina þína, skipuleggja daginn eða gefa þér pláss þegar þú ert óvart – getur skipt sköpum.

Tilfinningaleg þýðing: Að læra að heyra öðruvísi

Líkt og að læra erlent tungumál tekur það tíma og æfingu að skilja tilfinningalega mállýsku maka þíns. Það krefst þess að fylgjast með hegðun, ekki aðeins að nafnvirði heldur í samhengi. Hvernig lítur ástin út *fyrir þá*? Hvenær er þeim þægilegast að tjá það? Hvernig hljómar, líður og lítur ástúð þeirra út?

Þessi kafli veitir hagnýtar ábendingar til að hjálpa pörum að bera kennsl á tilfinningamál sín:

- Hvað gerir félagi þinn *gera* að þeir megi ekki merkja sem væntumþykju, en gætu litið þannig á ef litið væri á þær öðruvísi?

- Hvað gera *þú* gera til að sýna ást og hversu oft er tekið eftir því eða staðfest?
- Eru endurtekin augnablik misskipta þar sem ásetning og túlkun passa ekki saman?

Að þróa tilfinningalæsi í taugavíkjandi samhengi þýðir að viðurkenna að ástin er ekki alltaf hávær. Stundum er það aðferðafræðilegt. Stundum seinkar það. Stundum er það rólegt. En það er samt ást.

Persónulegur vöxtur í gegnum endurrömmun

Fyrir taugavíkjandi einstaklinga getur margra ára félagslegur misskilningur skapað innri skömm. Mörgum hefur verið sagt að þeir séu „of mikið," „of ákafir," „of fjarlægir" eða „of ósamkvæmir". Þessi gagnrýni mótar oft hvernig þeir líta á sig í samböndum.

Þessi kafli hvetur lesendur til að endurgera þessa eiginleika sem *munur*, ekki galla. Í stað þess að meina tilfinningalega tjáningu, snúum við samtalinu aftur í kringum áreiðanleika. Einstaklingur sem getur ekki auðveldlega sagt „ég elska þig" gæti samt sýnt það með stöðugum aðgerðum. Félagi sem gleymir mikilvægum stefnumótum gæti verið að vinna tvöfalt meira til að vera til staðar á annan hátt. Verkið hér er ekki að samræmast taugatýpískum viðmiðum, heldur að byggja upp gagnkvæman orðaforða kærleika sem er innifalinn, sveigjanlegur og staðfestir.

Þessi endurskipulagning gerir báðum samstarfsaðilum einnig kleift að taka ábyrgð - ekki fyrir *breytast* hvert annað, en fyrir *skilning* hvert annað. Þegar mismunur er samþykktur frekar en leiðréttur verður sambandið öruggt rými fyrir báða einstaklinga til að mæta að fullu.

Sambönd byggð á mismun, ekki þrátt fyrir það

Taugavíkjandi sambönd eru ekki sambönd sem verða að „sigrast á“ mismun. Þess í stað eru þeir einstaklega í stakk búnir til *faðma* það. Sú staðreynd að félagar kunna að elska öðruvísi þýðir ekki að þeir séu misjafnir. Það þýðir einfaldlega að þeir þurfa á samböndum að halda sem heiðrar hver þeir eru í raun og veru.

Í lok þessa kafla er markmiðið ekki að láta maka „laga“ tjáningu á ást, heldur að læra að þekkja og virða tíðnina sem maki þeirra starfar á. Þetta verk snýst ekki um aðlögun - það snýst um aðlögun.

Mismunur á því hvernig ást er miðlað dregur ekki úr dýpt ástarinnar. Þeir auka frekar skilning okkar á því hvernig ást getur litið út. Þegar pör læra að meta ástúðarmál hvers annars dýpkar nánd. Tilfinningatengsl vex. Misskilningur minnkar. Og sambandið verður samstarf sem byggir ekki á fullkominni frammistöðu, heldur á gagnkvæmum skilningi.

Æfingar og hugleiðingar

Til að undirbyggja hugtökin sem fjallað er um í þessum kafla eru eftirfarandi æfingar og hugleiðingar:

Æfing: Love Inventory

Hver félagi skrifar niður þrjá hluti sem þeir gera reglulega til að sýna ástúð. Skiptu síðan um lista og ræddu hvort hinn aðilinn viðurkenndi þessar gjörðir sem ást. Kannaðu hvers kyns óvænta bletti eða blinda bletti.

Hugleiðingarboð

- Hvaða tjáningar ástar koma mér eðlilega?
- Hvers konar væntumþykju hef ég tilhneigingu til að þrá og hef ég sagt það skýrt?
- Hef ég dæmt leið maka míns til að sýna ást út frá taugatýpískum stöðlum?

- Get ég borið kennsl á augnablik þegar ég las vitlaust ást vegna þess að hún kom ekki í þeirri mynd sem ég bjóst við?
- Hvernig myndi samband okkar breytast ef við einbeitum okkur meira að ásetningi og minna á frammistöðu?

Niðurstaða

Ást er ekki ein-stærð. Það er kraftmikið, fjölbreytt og mjög persónulegt. Í samböndum sem eru mismunandi í taugakerfi getur ást birst á annarri tíðni - sem skráir sig ekki alltaf í samræmi við almennar væntingar. En þegar pör læra að stilla sig að einstökum merkjum hvors annars, verður ástin ekki aðeins sýnileg heldur lífleg.

Þessi kafli leggur grunninn að tilfinningalegum skýrleika. Það opnar dyrnar að gagnkvæmri viðurkenningu. Og síðast en ekki síst, það staðfestir að taugavíkjandi ást er ekki brotin - hún er bara öðruvísi. Og öðruvísi getur verið jafn fallegt, jafn djúpt og varanlegt - þegar við vitum hvernig á að hlusta á það.

Kafli 3: Vísindin um tilfinningalega úrvinnslu

Til þess að endurbyggja nánd innan taugavíkjandi sambönda verðum við fyrst að þróa með okkur upplýstan skilning á því sem raunverulega er að gerast undir yfirborðinu. Tilfinningatengsl eru ekki bara spurning um ásetning eða viðleitni - hún hefur djúp áhrif á hvernig heilinn vinnur úr upplýsingum, skynjunarinntaki og mannleg gangverki. Þessi kafli leggur grunninn að því að skilja taugafræðilegan mun sem hefur áhrif á tilfinningalega stjórnun, tengsl og samskipti hjá taugavíkjandi einstaklingum.

Við kannum hvað tilfinningaleg úrvinnsla felur í sér í raun og veru, hvers vegna það lítur út og líður öðruvísi fyrir fólk með taugaskiptingu og hvernig þessi munur - þó oft sé sjúklegur eða misskilinn - getur verið upphafspunktur lækninga og vaxtar. Með því að taka upp vísindin á bak við tilfinningalega upplifun getum við byrjað að skipta gremju út fyrir samúð, ruglingi með skýrleika og tilfinningalegri fjarlægð með nýjum leiðum til tengingar.

Hvað er tilfinningaleg úrvinnsla?

Í grunninn vísar tilfinningaleg úrvinnsla til þess hvernig við tökum inn, túlkum, stjórnum og bregðumst við eigin tilfinningum okkar og tilfinningum annarra. Í taugadæmilegu samhengi getur þetta ferli verið tiltölulega fljótlegt og leiðandi. Hins vegar getur tilfinningaleg úrvinnsla falið í sér auka skref, tafir eða skynjunarofhleðslu hjá einstaklingum sem eru ólíkir í taugakerfi. Heilinn getur tekið á móti og brugðist við tilfinningalegu áreiti á þann hátt sem er annaðhvort magnað, sljóvgað eða ruglað samanborið við það sem flestir búast við.

Skilningur á þessum mismun hjálpar til við að útskýra hvers vegna tilfinningaleg viðbrögð hjá taugavíkjandi fólki geta stundum virst ófyrirsjáanleg, ótengd eða of mikil. Þetta er ekki spurning um sinnuleysi eða ofviðbrögð - þetta er spurning um taugakerfi.

Við skulum skoða nánar nokkrar af lykilaðferðum sem hafa áhrif á tilfinningalega úrvinnslu hjá taugavíkjandi einstaklingum, sérstaklega þeim sem eru með einhverfu, ADHD og aðrar tengdar taugagerðir.

Tilfinningastjórnun og taugaveiklun

Tilfinningastjórnun er hæfileikinn til að fylgjast með, meta og stilla tilfinningaleg viðbrögð. Hjá taugadæmdum einstaklingum er þetta ferli venjulega sjálfvirkara. Hjá taugavíkjandi einstaklingum getur getu heilans til að stjórna tilfinningum hins vegar raskast af ýmsum vitsmunalegum og taugafræðilegum þáttum.

Fyrir einstaklinga með einhverfu:

- Tilfinningastjórnun getur verið hindruð vegna erfiðleika við að þekkja tilfinningar í sjálfum sér og öðrum.
- Bráðnun eða lokun getur átt sér stað þegar innra tilfinningalegt áreiti byggist upp án losunar eða viðurkenningar.
- Tilfinningaleg viðbrögð geta birst seinkun eða óvenju mikil vegna mismunar á vitrænni vinnsluhraða.

Fyrir einstaklinga með ADHD:

- Hvatvísi og tilfinningaleg viðbrögð eru algeng. Tilfinningaleg viðbrögð geta verið hröð, mikil og stundum erfitt að hemja þau.
- Tilfinningaleg vanstjórnun er oft bundin við stjórnunarvandamál, þar sem getu heilans til að beita „bremsum“ eða sjónarhorni er skert.

- Gremjuþolið er oft minna vegna styttri töf á milli áreitis og viðbragða.

Taugavíkjandi tilfinningastjórnun er ekki rofin - hún er einfaldlega uppbyggð á annan hátt. Það sem virðist vera tilfinningalegt flökt eða afturköllun getur í raun verið heilinn sem gerir sitt besta til að takast á við áreiti eða flöskuháls í vinnslu.

Skynvinnsla og tilfinningaleg áhrif hennar

Mismunur á skynrænum úrvinnslu er einn mikilvægasti og minnst skilinn þáttur í tilfinningalegri upplifun hjá taugavíkjandi einstaklingum. Skynræn úrvinnsla vísar til þess hvernig heilinn túlkar og skipuleggur inntak frá skilningarvitunum fimm (og víðar – eins og proprioception og interroception).

Hjá mörgum taugavíkjandi einstaklingum eru skynupplýsingar ekki síaðar á sama hátt og hjá taugadæmdu fólki. Hljóð geta virst hærra, ljós bjartari, áferð pirrandi og tilfinningaleg vísbendingar yfirþyrmandi.

Þetta hefur nokkrar samskiptaafleiðingar:

- Að því er virðist minniháttar umhverfisbreyting - suðandi ísskápur, klórandi efni eða flöktandi ljós - getur stuðlað að tilfinningalegri þreytu eða pirringi.
- Ofhleðsla skynjunar getur dregið úr tilfinningalegu aðgengi. Félagi getur ekki tekið þátt tilfinningalega, ekki vegna þess að hann vill það ekki, heldur vegna þess að kerfið þeirra er ofviða.
- Skynleitarhegðun eða hegðun sem forðast skynjun getur verið rangtúlkuð sem skrýtin eða andfélagsleg, þegar hún er í raun sjálfstjórn.

Þegar félagar skilja þessar skynjunarkveikjur og mismun geta þeir skapað öruggara tilfinningalegt umhverfi, dregið úr átökum og samstillt sig á skilvirkari hátt.

Kjarnahugtökin

Til að dýpka skilning okkar á því hvernig taugavíkjandi heilar hafa áhrif á tilfinningalega nánd, er nauðsynlegt að skoða nokkur sálfræðileg og taugafræðileg hugtök sem hafa oft áhrif á sambönd. Þetta felur í sér truflun á stjórnun, höfnunarnæmi og alexithymia.

1. Vanstarfsemi stjórnenda

Framkvæmdastarfsemi vísar til stjórnunarkerfis heilans - færni eins og að skipuleggja, skipuleggja, stjórna hvötum og stjórna tilfinningum. Þegar þessi kerfi eru skert, eins og oft er raunin með ADHD og einhverfu, geta einstaklingar:

- Barátta við að stjórna tilfinningalegum viðbrögðum sínum á viðeigandi hátt í rauntíma.
- Á erfitt með að skipta á milli verkefna eða tilfinningalegra ástands, sem leiðir til festingar eða tilfinningalegrar tregðu.
- Á erfitt með að fylgja eftir ástúð eða sameiginlegum áformum, ekki vegna skorts á ást, heldur skertrar stjórnunar.

Skilningur á vanstarfsemi stjórnenda færir frásögnina frá „Þeim er alveg sama um að reyna“ yfir í „Þeir eru að berjast í annarri baráttu til að mæta stöðugt. Samkennd vex þegar við skiljum hvað er að gerast innra með okkur.

2. Rejection Sensitivity Dysphoria (RSD)

Algengt er að upplifa ADHD, og að einhverju leyti í einhverfu, höfnunarnæmni dysphoria vísar til mikillar tilfinningalegs sársauka sem stafar af skynjun (raunverulegri eða ímynduð) á höfnun eða gagnrýni. RSD getur:

- Leiðdu einstaklinga til að forðast tilfinningalega viðkvæmni af ótta við að vera vísað frá eða gert að athlægi.
- Valda sterkum tilfinningalegum viðbrögðum við hlutlausum endurgjöf, sem leiðir til rifrilda eða afturköllunar.
- Gerðu stöðuga nánd erfiða, þar sem makar geta brugðist of mikið við smávægilegum breytingum á tóni, seinkun á samskiptum eða óljósum svipbrigðum.

Þetta tilfinningalega ofnæmi snýst ekki um viðkvæmni - það snýst um aukin taugaverkjamerki í kringum félagslegt sambandsleysi. Þegar samstarfsaðilar viðurkenna þetta geta þeir lært að fullvissa frekar en að bregðast við í vörn.

3. Alexitímía

Algengt einkenni meðal fólks með einhverfu, alexithymia vísar til erfiðleika við að bera kennsl á og lýsa eigin tilfinningum. Það getur skapað þá blekkingu að einhver sé tilfinningalega fjarlægur eða kaldur, þegar hann er í rauninni gagntekinn og á erfitt með að þýða reynslu sína yfir á tungumál. Þetta getur leitt til:

- Misskiptingu á tilfinningaþrungnum augnablikum.
- Tafir á tilfinningalegum viðbrögðum eða úrvinnslu, skapa spennu milli maka sem vilja tafarlausa endurgjöf.

- Þörfin fyrir skipulagðar tilfinningalegar umræður með leiðsögn frekar en sjálfsprottna tilfinningalega þátttöku.

Með stuðningi og þolinmæði geta einstaklingar með alexitymiu lært að nefna og deila tilfinningum sínum. Verkfæri eins og tilfinningahjól, dagbók eða meðferð geta verið sérstaklega gagnleg.

Tenging, öryggi og tilfinningalegt aðgengi

Taugavíkjandi einstaklingar þrá oft djúp, þýðingarmikil tengsl en geta átt í erfiðleikum með þær leiðir sem leiða til tengsla í taugatýpískum samböndum. Lykillinn liggur í því að endurskilgreina hvernig tilfinningalegt öryggi lítur út í sambandi.

Öryggi fyrir taugavíkjandi einstaklinga gæti þýtt:

- Fyrirsjáanlegar venjur og skipulögð samskipti.
- Skýr tilfinningalega innritun frekar en lúmskar vísbendingar.
- Skynvænt umhverfi þar sem hægt er að slaka á og sleppa vaktinni.

Án þessara aðstæðna getur tilfinningaleg nánd verið utan seilingar - ekki vegna skorts á ást, heldur vegna viðvarandi regluleysis og kvíða. Að búa til tengslaupplifun getur þurft meiri ásetning, en dýpt og áreiðanleiki þeirrar tengingar getur verið óvenjuleg.

Þessi kafli hjálpar pörum að endurskipuleggja tengsl ekki sem eitthvað sem gerist *þrátt fyrir* taugabilun en *í gegnum* það. Styrkleikar taugavíkjandi tenginga eru:

- Mikil tryggð.
- Tilfinningalegur heiðarleiki.
- Djúp vitsmunaleg eða gildistengd tengsl.
- Djúp samkennd þegar gefin er rými og tími.

Frá skilningi til umsóknar

Þekking á þessum taugasálfræðilegu hugtökum er ekki bara fræðileg - hún er hagnýt. Þegar félagar skilja hvernig heilinn vinnur tilfinningar öðruvísi, geta þeir:

- Þróaðu nákvæmari væntingar.
- Komdu á framfæri þörfum án sök.
- Styðjið tilfinningalega stjórn með samúð frekar en gagnrýni.
- Forðastu að sérsníða misskilning.

Þessi kafli inniheldur hagnýt verkfæri eins og:

- Orðalisti með tilfinningalegum hugtökum sem eru ólíkir í taugakerfi (t.d. lokun vs. bráðnun, skynjunarofhleðsla, gríma).
- Vinnublað til að bera kennsl á eigin tilfinningalega úrvinnslumynstur.
- Félagi æfing í að merkja og sannreyna tilfinningaleg viðbrögð hvers annars án þess að dæma.

Hugleiðingarboð

Til að hjálpa lesendum að innræta efnið lýkur kaflanum á röð leiðbeinandi spurninga:

- Þegar mér finnst ég vera ofviða, hvað er venjulega kveikjan - tilfinningalegt, skynrænt eða vitsmunalegt?
- Hvað hefur maki minn tilhneigingu til að mistúlka um hvernig ég sýni tilfinningar?
- Hef ég einhvern tíma fundið fyrir skömm eða sektarkennd yfir því hvernig ég meðhöndla tilfinningar? Hvaðan komu þessar skoðanir?
- Hvernig breytist tilfinningaleg bandbreidd mín yfir daginn eða í mismunandi umhverfi?
- Hvernig lítur andlegt öryggi út fyrir mig? Hvernig get ég búið það til fyrir maka minn líka?

Niðurstaða

Skilningur á vísindum tilfinningalegrar úrvinnslu umbreytir samböndum. Í stað þess að túlka hegðun að nafnvirði byrja pör að skilja „af hverju“ á bak við þau. Þessi breyting opnar dyrnar að samkennd, samúð og sjálfbærum breytingum.

Þessi kafli gefur ekki til kynna að taugabilun sé hindrun í vegi fyrir ást – hann sýnir að ást í þessum samböndum er einstaklega mótuð af því hvernig hver heili vinnur úr heiminum. Frekar en að þvinga fram samræmi við taugatýpísk viðmið, lærum við að byggja brýr með gagnkvæmri vitund, viljandi samskiptum og skuldbindingu um að endurskilgreina nánd með skilningi.

Fyrir marga taugavíkjandi einstaklinga hefur gríma orðið aðferð til að lifa af. Hvort sem það er meðvitað tileinkað eða ómeðvitað innbyrðis, getur sú athöfn að hylja - bæla niður eða breyta náttúrulegri hegðun manns til að passa við félagsleg viðmið - verið nauðsynleg til að forðast höfnun, misskilning eða dóma. Þó að gríma geti þjónað verndarhlutverki í opinberum eða faglegum aðstæðum, í nánum samböndum, verður það tvíeggjað sverð.

Þegar einhver felur nauðsynlega þætti í sjálfum sér til að viðhalda friði eða öðlast samþykki, getur hann náð skammtíma sátt en á kostnað langtímatengingar og sjálfsvirðingar. Með tímanum skapar gríma tilfinningalega ósamræmi, tæmir andlega orku og reisir ósýnilega veggi á milli maka. Niðurstaðan er samband sem gæti litið út fyrir að vera virkt að utan en finnst holótt eða ótengd innvortis.

Þessi kafli býður lesendum að hefja hið öfluga ferðalag sjálfsvitundar, afhjúpunar og endurheimt sjálfsmyndar – ekki bara vegna geðheilsu einstaklinga heldur fyrir styrk og nánd sambandsins. Hér könnum við hvers vegna afhjúpun er nauðsynleg, hvernig á að hefja ferlið varlega og örugglega og hvernig samstarfsaðilar geta stutt hver annan í að afhjúpa og umfaðma hið ekta sjálf sitt.

Hvað er gríma?

Gríma vísar til þess að fela eða leyna náttúrulegri hegðun, hugsunum, tilfinningum eða skynvillum til þess að virðast „viðunandi“ eða taugatýpískari. Í samhengi við taugavíkkun gæti gríma falið í sér:

- Herma eftir svipbrigðum eða raddatónum til að passa við félagslegar væntingar.
- Að bæla örvandi hegðun eða skynjunarþarfir.
- Forðastu samtöl sem sýna áhugamál manns eða baráttu.
- Þykjast skilja tilfinningaleg blæbrigði eða félagslegt gangverki sem finnst ruglingslegt eða óeðlilegt.

Þó að gríma byrji oft sem leið til að tryggja öryggi eða félagslega lifun, getur langvarandi gríma leitt til tilfinningalegrar þreytu, kvíða, þunglyndis og jafnvel sjálfsmyndarrugl. Margir taugavíkjandi einstaklingar segja frá því að þeir viti ekki hverjir þeir eru í raun fyrir neðan frammistöðulagið. Í rómantískum samböndum getur gríma leitt til:

- Erfiðleikar við að tjá þarfir og mörk.
- Vanhæfni til að finnast tilfinningalega öruggt eða séð.
- Skömm í kringum taugavíkjandi eiginleika.
- Viðkvæmur grunnur fyrir nánd.

Að þekkja og nefna grímuhegðun er fyrsta skrefið í átt að því að losa hana.

Tilfinningalegur kostnaður við að fela

Gríma er tilfinningalega þreytandi. Þegar einstaklingur fylgist stöðugt með rödd sinni, líkamsstöðu, orðavali, tóni, svipbrigðum, áhugamálum og venjum - bara til að viðhalda ásættanlegu skyni - þá er hún ekki til staðar í augnablikinu. Þeir eru að koma fram. Með tímanum tekur þessi frammistaða toll:

- **Aftenging frá sjálfum sér**: Þegar þú eyðir árum í að kynna útgáfu af sjálfum þér sem aðrir búast við, verður erfitt að segja hvar gríman endar og þú byrjar.

- **Missir sjálfkrafa**: Sambönd þrífast á ekta tilfinningum. Grímur truflar gleði, kjánaskap, tár og varnarleysi – allt mikilvægt fyrir tengslin.
- **Gremja og kulnun**: Að fela kjarnaþarfir manns leiðir til óuppfylltar væntinga og tilfinningalegrar þrengingar, jafnvel þótt maki viti það ekki.
- **Ótti við nánd**: Raunveruleg tenging verður áhættusöm ef þú óttast að afhjúpun á ekta sjálfi þínu muni leiða til höfnunar eða misskilnings.

Fyrir maka taugavíkjandi einstaklinga geta áhrifin verið jafn óstöðug. Félagi gæti skynjað að eitthvað sé haldið eftir eða að tilfinningamúrar séu til staðar, jafnvel þótt ástin sé raunveruleg. Án skýrleika eru báðir félagar látnir giska, ofbjóða eða mistúlka hvor annan.

Þetta er ástæðan fyrir því að afhjúpun snýst ekki bara um einstaklinginn - það er tengslaþörf.

Hvers vegna að afhjúpa mál í nánd

Afhjúpun gerir ráð fyrir heiðarleika, varnarleysi og því djúpa trausti sem nánd krefst. Sönn nálægð er ómöguleg þegar annar eða báðir félagar eru síaðar útgáfur af sjálfum sér. Það er aðeins þegar fólk er að fullu séð og fullkomlega samþykkt að öryggi og tilfinningaleg nálægð getur þrifist.

Í taugadreifandi samböndum getur afhjúpun tekið lengri tíma eða litið öðruvísi út, en lokamarkmiðið er það sama: að vera þekktur, skilinn og elskaður eins og þú ert í raun og veru.

Afhjúpun í nánd gæti litið svona út:

- Að viðurkenna þegar þú skilur ekki félagslegar vísbendingar í stað þess að þykjast.
- Deila raunverulegum skynþörfum þínum, óskum og mörkum.

- Að biðja um skýringar, fullvissu eða rými án sektarkenndar.
- Að tjá þitt einstaka ástarmál án þess að samræmast staðalímyndum.

Þessi kafli hvetur pör til að líta á afhjúpun sem sameiginlega ferð. Frekar en að ætlast til að einn félagi „lagi“ hegðun sína, er báðum félögum boðið að grafa upp dýpra sjálf sitt, ögra innbyrðis skömm og byggja upp tilfinningalega nánd frá stað róttækrar áreiðanleika.

Identity Exploration: Hver er ég án grímunnar?

Fyrir þá sem hafa hulið allt líf sitt gæti hugmyndin um að uppgötva hið sanna sjálf verið skelfileg. Hvar byrjar þú þegar þú hefur eytt árum í aðlögun til að lifa af? Þessi kafli leiðir lesendur í gegnum upphafsskref sjálfsmyndakönnunar með því að nota hugsandi verkfæri og miskunnsama ramma.

Biðja um auðkenniskönnun:

- Hvaða athafnir eða umhverfi hjálpa mér að líða mest afslappað og fullkomlega sjálf?
- Hvenær finnst mér ég vera mest ótengdur eða afgerandi?
- Hvaða eiginleika hef ég falið til að fá samþykki?
- Hvaða skynjunarstillingar hunsa ég eða bæla niður í félagslegum aðstæðum?
- Hvaða gildi eða ástríður hef ég gert lítið úr til að virðast „eðlileg“?

Dagbókarskrif, raddupptaka, skapandi tjáning og hugleiðslu með leiðsögn geta hjálpað til við að koma upp á hulda hluta sjálfsins sem hafa þagnað í gegnum tíðina. Með því að skapa pláss fyrir þessa hluta byrja einstaklingar að endurheimta sjálfræði sitt, rödd og þarfir í sambandinu.

Í kaflanum er dagbókarhandbók sem heitir **"Fjarla aftur lögin"** til að hjálpa lesendum að kanna fyrstu reynslu af grímu, núverandi grímuvenjur og ótta við að afhjúpa.

Hlutverk varnarleysis

Varnarleysi er brúin milli afhjúpunar og nánd. En fyrir taugabilaða einstaklinga - sérstaklega þá sem hafa orðið fyrir einelti, félagslegri höfnun eða ógildingu - getur varnarleysi verið ógnandi. Óttinn er oft: *Ef ég sýni þeim hver ég er, gætu þeir farið.*

Þessi ótti er ekki óskynsamlegur. Margir taugavíkjandi einstaklingar hafa upplifað höfnun ekki fyrir það sem þeir gerðu rangt, heldur fyrir hver þeir voru. Hins vegar er varnarleysi nauðsynlegt fyrir tilfinningatengsl. Án þess eru félagar látnir giska og forsendur byrja að fylla rýmið þar sem skilningur gæti vaxið.

Þessi hluti fjallar um:

- Hvernig á að meta andlegt öryggi áður en þú verður viðkvæmur.
- Munurinn á þvinguðum útsetningu og heilbrigðri birtingu.
- Hvernig varnarleysi er ekki veikleiki heldur hugrekki í verki.

Hagnýtt verkfæri: Kaflinn kynnir smám saman „Vulnerability Ladder" æfingu til að hjálpa lesendum að stíga lítil, þýðingarmikil skref í átt að því að afhjúpa sambandið sitt - byrjar á því að deila litlum óskum og byggja upp til dýpri upplýsinga.

Samstarf í gegnum ferlið

Fyrir taugatýpískan eða öðruvísi taugavíkjandi maka getur það verið bæði fallegt og ruglingslegt að horfa á ástvin sinn byrja að afhjúpa. Samstarfsaðilar gætu tekið eftir breytingum á orku, óskum, samskiptastílum eða tilfinningalegum þörfum. Stuðningur á þessum tíma skiptir sköpum.

Þessi hluti býður upp á leiðbeiningar fyrir samstarfsaðila:

- **Æfðu virka hlustun**: Ekki flýta þér að laga. Vertu til staðar og staðfestir.
- **Stilltu væntingar**: Skilja að breytingar á hegðun eða þörfum eru hluti af vaxtarferlinu.
- **Fagnaðu áreiðanleika**: Styrktu augnablik þegar maki þinn deilir raunverulegu sjálfi sínu. Sýndu þakklæti fyrir traust þeirra.
- **Lærðu sjálfan þig**: Lærðu meira um taugabilun, grímu og áverka til að forðast skaðlegar forsendur.

Þegar báðir aðilar skuldbinda sig til gagnkvæmrar afhjúpunar og sjálfsvitundar snýst sambandið minna um frammistöðu og meira um samstarf. Dýnamíkin færist frá þrýstingi til nærveru - frá dómgreind til sameiginlegrar uppgötvunar.

Hindranir til að afhjúpa

Afhjúpun er ekki línuleg. Það getur fylgt mótspyrnu, ruglingi, sorg og áföllum. Sumar algengar hindranir eru:

- **Innbyggður færni**: Trú á að eðlilegt sjálf manns sé „minna en“ eða óviðunandi.
- **Áfallasaga**: Fyrri höfnun eða misnotkun getur valdið því að hreinskilni finnst óöruggt.
- **Fullkomnunarárátta**: Löngun til að líta á sem hæfa eða sjálfstæða hvað sem það kostar.

- **Ótti við breytingar**: Jafnvel jákvæð umbreyting truflar kunnugleg mynstur.

Þessi kafli býður upp á aðferðir til að bregðast við þessum hindrunum með sjálfsvorkunn, þar á meðal staðhæfingum, handritum til að setja mörk og milda útsetningartækni. Mikil áhersla er lögð á að vinna verkið á þínum eigin hraða en viðhalda skýrleika með maka þínum.

Að búa til tengslamenningu áreiðanleika

Að lokum vex nánd þar sem áreiðanleiki er fagnað og umbunað. Samstarfsaðilar verða að byggja upp menningu sem virðir mismun, varnarleysi og tilfinningalega sannleika. Þessum kafla lýkur með því að bjóða pörum að hanna sameiginlega helgisiði, venjur og samskiptasamninga sem setja áreiðanleika fram yfir útlit.

Sem dæmi má nefna:

- Vikulegar „ósíaðar innskráningar“ þar sem báðir samstarfsaðilar deila því sem þeir hafa dulað eða haldið eftir.
- Skynvæn rými á heimilinu þar sem einstaklingar geta þjappað saman sem grímulaust sjálf.
- Tungumálastaðfestingar eins og „Takk fyrir að sýna mér sannleikann“ frekar en „Af hverju sagðirðu það ekki bara áður?

Að búa til tengslamenningu sem felur í sér afhjúpun tryggir að báðir aðilar upplifi að þeir séu ekki virtir *þrátt fyrir* taugavíkkun þeirra, en *vegna* einstakt innra landslag þeirra.

Íhugunarspurningar

- Hvaða hluta af sjálfum mér hef ég haldið falnum í þessu sambandi?

- Hvaða ótta tengi ég við að vera tilfinningalega eða hegðunarlega sannur?
- Hvernig hefur gríma áhrif á orku mína, streitu og nánd?
- Hvað myndi breytast ef ég trúði því að ég væri verðug ást nákvæmlega eins og ég er?
- Hvernig get ég boðið maka mínum að afhjúpa á þann hátt sem finnst öruggt og staðfestandi?

Niðurstaða

Afhjúpun er ekki uppreisn eða höfnun á samfélagslegum viðmiðum – það er athöfn sjálfsástar, hugrekkis í tengslum og tilfinningalegrar frelsunar. Í samhengi við taugavíkjandi sambönd er það grunnurinn sem ósvikin tenging er byggð á. Það er augnablikið þegar ástin snýst minna um hver við þykjumst vera og meira um hver við raunverulega erum.

Að afhjúpa snýst ekki um að henda allri lærðri hegðun eða yfirgefa félagslega ábyrgð. Það snýst um að þekkja muninn á vali og áráttu – á milli aðlögunar og sjálfseyðingar. Þegar félagar skuldbinda sig til að afhjúpa saman opna þeir dyr að trausti, nánd og skilningi sem gríma gæti aldrei náð.

Afbyggja tilfinningalega kulnun og misræmdar væntingar

Það kemur punktur í mörgum samböndum - sérstaklega þeim sem taka þátt í taugavíkjandi maka - þegar ástin ein virðist ekki vera nóg til að viðhalda tengingunni. Þrátt fyrir einlæga viðleitni og djúpa væntumþykju byrjar eitthvað að brotna niður. Gremja kemur í stað þolinmæði. Misskilningur margfaldast. Ástúð finnst eins og skylda. Og að lokum verður þögn eða átök að venju. Í þessum kafla er kafað í flókið landslag **hvers vegna taugavíkjandi pör slitna oft í sundur**— ekki vegna skorts á ást, heldur vegna tilfinningalegrar misræmis, samskiptaþreytu og ójafnrar dreifingar tilfinningalegrar vinnu.

Í lok þessa kafla munu lesendur hafa verkfærin til að:

- Þekkja kjarna tilfinningakrafta sem leiða til kulnunar og sambandsrofs.
- Skilja falin áhrif ósamræmdra væntinga í taugavíkjandi samstarfi.
- Metið hvernig tilfinningalega vinnu er dreift í sambandi þeirra.
- Byrjaðu samtöl um lækningu, ekki frá stað þar sem sök, heldur skýrleika og sameiginlegri ábyrgð.

Tilfinningaleg kulnun: The Silent Erosion of Intimacy

Tilfinningaleg kulnun er oft misskilin. Það kemur ekki allt í einu; það læðist hægt inn, dulbúið sem þolinmæði, málamiðlun eða jafnvel skuldbindingu. Í taugadreifandi samböndum á sér stað kulnun þegar annar eða báðir félagarnir eru of teygðir af tilfinningalegum hætti - stöðugt að bæta upp, aðlagast, þýða eða stjórna tilfinningalegri orku án fullnægjandi stuðnings eða hvíldar.

Fyrir taugavíkjandi maka getur tilfinningaleg kulnun stafað af:

- Langvarandi álag sem felur í sér taugavíkjandi eiginleika í sambandinu.
- Skynjunarofhleðsla af völdum oförvandi umhverfi eða skorts á persónulegu rými.
- Misskiptingar sem leiða til endurtekinna tilfinninga um mistök eða gremju.
- Erfiðleikar við að tjá þarfir og finnast maður ekki skiljanlegur þegar reynt er að gera það.

Fyrir maka (taugadæmin eða öðruvísi taugavíkjandi) gæti tilfinningaleg kulnun stafað af:

- Ítrekað rangt lesið eða rangtúlkað tilfinningaleg vísbendingar.
- Finnst eins og þeir séu að „ganga á eggjaskurn“ til að koma í veg fyrir að maki þeirra kvikni.
- Að skynja tilfinningalega fjarlægð eða skort á gagnkvæmni í viðleitni.
- Tilfinningalega þungi þess að vera sjálfgefinn túlkur, frumkvöðull eða skipuleggjandi í sambandinu.

Tilfinningaleg kulnun tilkynnir sig ekki með hruni. Þess í stað opinberast hún í rólegri fjarveru gleði, vaxandi tíðni átaka og vaxandi tilfinningalega fjarlægð milli tveggja einstaklinga sem eitt sinn fundu fyrir djúpum tengslum.

Ósamræmdar væntingar: Elska á mismunandi tungumálum

Kjarninn í mörgum rofunum í taugasjúkdómum eru óuppfylltar eða misskildar væntingar - ekki vegna þess að væntingarnar voru rangar, heldur vegna þess að þær voru aldrei skýrt skilgreindar eða samþykktar gagnkvæmt.

Taugavíkjandi einstaklingar hafa oft einstakar leiðir til að tjá og skynja ást. Þessi munur, þegar hann er ekki viðurkenndur eða þýddur, leiðir til þess að hverjum maka líður óséður, vanmetinn eða óelskaður - þrátt fyrir einlæga viðleitni maka síns.

Dæmi um ósamræmdar væntingar geta verið:

- Einn félagi gerir ráð fyrir að daglegar munnlegar staðfestingar séu nauðsynlegar; hinn lýsir kærleika með þjónustuverkum.
- Einn félagi þarf líkamlegt rými til að endurhlaða sig; hinn túlkar þetta sem tilfinningalega höfnun.
- Einn félagi býst við sjálfsprottnum látbragði; hitt krefst rútínu og fyrirsjáanleika.
- Einn félagi vinnur úr tilfinningum innbyrðis og í hljóði; hinn þarf opin munnleg samskipti til að finna fyrir öryggi.

Með tímanum geta þessi ósamræmi þróast í skaðlegar sögur: *„Þeim er alveg sama,"* *„Þeir eru aldrei til staðar,"* *„Ég er of mikið,"* eða *„Ekkert sem ég geri er nokkru sinni nóg"*.

Þessi hluti leiðbeinir lesendum í gegnum ferlið við að grafa upp þessar faldu sögur og afhjúpa tilfinningalegar reglur sem hver félagi hefur ómeðvitað komið með inn í sambandið. Með því að viðurkenna ósagða samninga og óraunhæfar væntingar geta pör byrjað að endurskrifa frásögnina með gagnkvæmum skilningi og virðingu.

Hver ber tilfinningalega álagið?

Ein af þeim orsökum sem gleymast mest fyrir sambandsrof er ójöfn dreifing tilfinningalegrar vinnu. Tilfinningalegt vinnuafl vísar til ósýnilegrar, oft óviðurkenndrar vinnu sem felst í því að viðhalda sambandi: koma af stað erfiðum samtölum, sjá fyrir þarfir, stjórna félagslegum samskiptum, skipuleggja sameiginlega ábyrgð og fleira.

Í mörgum samböndum sem eru ólíkir taugakerfi, endar annar félagi oft með því að bera meira en sinn hlut – annað hvort vegna þess að hinn er ómeðvitaður, gagntekinn eða skortir verkfæri til að leggja jafn mikið af mörkum.

Samstarfsaðilinn sem ber tilfinningaþrungið getur fundið fyrir:

- Yfirþyrmandi og óstuddur.
- Gremja yfir því að vera „ábyrgurinn".
- Tilfinningalega yfirgefin á tímum streitu.

Samstarfsaðilinn sem á erfitt með að leggja sitt af mörkum getur fundið fyrir:

- Stöðugt dæmt eða misskilið.
- Skammast sín fyrir álitin mistök þeirra.
- Hjálparlaus við að breyta krafti sem þeir skilja ekki til fulls.

Þetta ójafnvægi verður enn sársaukafyllra þegar það er látið ósagt. Með tímanum verður tilfinningalegt erfiði uppspretta spennu, sambandsleysis og að lokum átaka eða aðskilnaðar.

Þessi hluti kannar hagnýtar leiðir til að:

- Nefndu og skilgreindu tilfinningaleg vinnuverkefni í sambandinu.
- Búðu til áætlun um sameiginlega ábyrgð sem byggir á styrkleikum frekar en samhverfu.

- Notaðu verkfæri fyrir framkvæmdaaðgerðir (eins og sjónrænar skipuleggjendur eða skipulögð innritun) til að koma jafnvægi á álagið án þess að yfirbuga annan hvorn félaga.

Ósýnilega sorgin undir brotinu

Slit í taugavíkjandi samböndum eru oft flókin ekki vegna ástarskorts, heldur langvarandi misstillingar. Undir ákvörðuninni um að fara í burtu er yfirleitt róleg sorg - sársauki yfir því sem hefði getað verið ef báðir hefðu aðeins tækin, tungumálið eða tilfinningaleg úrræði til að halda sambandi.

Þessi kafli heiðrar þá sorg. Það hjálpar lesendum að skilja að það sem þeir misstu var ekki bara félagi - heldur vonin um að ástin ein gæti sigrast á þunga misskilnings, kulnunar og tilfinningalegrar misræmis.

Með því að nefna þessa sorg geta lesendur byrjað að lækna – ekki með því að endurskrifa fortíðina, heldur með því að hafa vit fyrir henni. Þessi skýrleiki verður grunnurinn að hugsanlegri endurtengingu, eða getu til að halda áfram með lexíur sem geta umbreytt framtíðarsamböndum.

Raunveruleikavignette: Vendipunkturinn

Til að festa þessa innsýn í raunveruleikann, deilir þessi hluti vínmynd af pari - Emma (ADHD) og Marcus (einhverfur) - sem fundu sig læst í hringrás tilfinningalegs ójafnvægis í vinnunni og misjafnra væntinga. Emmu fannst hún bera andlegt og tilfinningalegt álag fyrir þau bæði, skipuleggja stöðugt, hefja samtöl og stjórna félagslífi þeirra. Marcus fannst á meðan hann væri aldrei nóg og var oft gagntekinn af tilfinningalegum styrkleika Emmu.

Niðurbrot þeirra stafaði ekki af svikum eða vanrækslu – heldur af þreytu. Emma fór að líða meira eins og umönnunaraðila en maka. Marcus hörfaði í þögn, skammaðist sín og ringlaðist.

Sagan tekur lesendur í gegnum kreppustundina, innsýnina sem fylgdi og skilninginn á því að þótt tengsl þeirra væru raunveruleg voru verkfæri þeirra ekki enn nógu sterk. Ferðalag þeirra verður spegill fyrir lesendur til að velta fyrir sér eigin mynstrum án dómgreindar – en með möguleika á breytingum.

Verkfæri til íhugunar

Áður en raunveruleg viðgerð eða endurtenging getur hafist verða pör að skilja greinilega hvað fór úrskeiðis - ekki til að úthluta sökinni, heldur til að búa til teikninguna fyrir eitthvað betra. Kaflinn býður upp á hagnýt verkfæri og sjálfsmatsleiðbeiningar, þar á meðal:

1. Gátlisti fyrir tilfinningalega kulnun

Gátlisti með leiðsögn til að hjálpa einstaklingum að meta merki um tengslaþreytu, oförvun og tilfinningalega þrengingu.

2. Væntingarkortlagning vinnublað

Æfing til að afhjúpa hvers félagi býst við í sambandi við samskipti, átök, ástúð og venjur – og hvar þær væntingar voru ekki í samræmi.

3. Tilfinningaleg vinnuendurskoðun

Verkfæri til að hjálpa pörum að sjá hvernig tilfinningalegri ábyrgð er skipt og hvar hægt er að bregðast við ójafnvægi í samvinnu.

4. Leiðbeiningar um samræður

Hvetja til að hjálpa samstarfsaðilum að endurskoða bilunartímabilið af forvitni í stað viðbragða, þar á meðal:

- „Hvenær fann ég fyrst fyrir breytingunni í sambandi okkar?
- „Hvaða tilfinningalegum þörfum mínum fannst mér óuppfyllt og tjáði ég þær skýrt?
- "Hvar var ég að biðja um eitthvað sem félagi minn vissi ekki hvernig á að gefa?"

Hvatning fyrir byltinguna

Þó að þessi kafli snýst um niðurbrot, er kjarni ætlunar hans að ryðja brautina fyrir **bylting**. Að skilja „af hverju" á bak við sársaukann gefur pörum kraft - ekki til að endurskrifa fortíðina heldur til að koma í veg fyrir að hún endurtaki sig.

Ef þú ert að lesa þennan kafla eftir sambandsslit, veistu þetta: innsýn snýst ekki bara um lokun. Þetta snýst um byggingu - að byggja upp tilfinningalegt tungumál og gagnkvæman skilning sem vantaði í fyrsta skiptið. Hvort sem sambandið er endurvakið eða ekki, mun þessi skýrleiki móta hvernig þú birtist í ást frá þessum tímapunkti og áfram.

Ef þú ert að lesa þennan kafla á meðan þú ert enn í sambandi en finnst þú örmagna eða fjarlægur, þá er þetta boðið þitt til að staldra við, íhuga og endurstilla. Ástin gæti enn verið til staðar, en án burðarvirks stuðnings getur hún ekki borið allan þungann ein.

Þessi kafli lofar ekki að ást muni alltaf vera nóg. En það býður upp á þetta: **þegar báðir aðilar eru tilbúnir til að læra, aflæra og taka sameiginlega ábyrgð, getur jafnvel rofin tengsl orðið grunnurinn að einhverju vitrara, dýpra og varanlegra.**

Lokahugsun

Bilanir eru ekki endirinn. Þau eru leið líkamans - og sambandsins - til að gefa til kynna að eitthvað mikilvægt þarfnast athygli. Þeir eru sannleikurinn sem bólar upp á yfirborðið eftir að hafa verið þagaður of lengi. Og þegar þeim er mætt með hugrekki og skýrleika, geta þau ekki leitt til endanleika, heldur til umbreytingar.

Í næsta kafla byrjum við að kanna hvernig eigi að endurbyggja þá umbreytingu – og byrja á tungumáli endurtengingar og ramma sem gera nánd sjálfbær.

Persónuleg hugleiðing frá hverjum samstarfsaðila: Hvernig stuðluðum við að tilfinningafrekinu?

Sambönd rofna sjaldan frá einu augnabliki. Oftar leysast þau upp í gegnum röð lítilla, óséðra sambandsrofs – óséð merkja, ósagðar þarfir, forðast samtöl og misskilinn ásetning. Í taugavíkjandi samböndum safnast þessi fíngerðu augnablik hratt upp, sérstaklega þegar hver félagi upplifir, vinnur úr og miðlar tilfinningum á annan hátt. Þessi kafli kannar *tímamót*— augnablikið þegar par færist frá því að lifa einfaldlega af tilfinningalegt sambandsleysi yfir í að íhuga virkan hlutverk sitt í því.

Þar sem fyrri kaflinn hjálpaði lesendum að skilja **hvers vegna hlutirnir brotnuðu**, þessi kafli spyr um eitthvað enn umbreytilegra:

"Hvert var hlutverk mitt í rekinu - og hvað get ég lært af því?"

Þessi tímamót snúast ekki um sök. Það er ekki boð um að gagnrýna sjálfan sig eða velkjast í sektarkennd. Þess í stað er það opnun fyrir heiðarleika, ábyrgð og miskunnsama innsýn. Með því að kanna hvernig hver félagi stuðlaði óviljandi að veðrun tilfinningalegrar nálægðar, skapa pör rými fyrir vöxt, lækningu og endurtengingu.

Kraftur sameiginlegrar íhugunar

Heilun byrjar ekki með lausnum - hún byrjar með sjálfsvitund. Í taugavíkjandi samstarfi er algengt að hver einstaklingur upplifi sig misskilinn, of þungan eða tilfinningalega örmagna. Þegar þessi þreyta breytist í gremju draga félagar sig oft til baka til að vernda sig. Tilfinningalega fjarlægðin sem leiðir af sér kann að finnast óumflýjanleg, en hún er næstum alltaf afturkræf - ef báðir aðilar eru tilbúnir til að endurspegla án varnar.

Tilgangur þessa kafla er þríþættur:

1. Að leiðbeina einstaklingum í gegnum persónulega ígrundun um hvernig þeir gætu hafa óafvitandi stuðlað að sambandsrofinu.
2. Til að sýna fram á hvernig samkennd með maka manns dýpkar þegar við hættum að einblína á það sem fór úrskeiðis *til* okkur og byrjaðu að kanna hvað gæti hafa farið úrskeiðis *í gegnum* okkur.
3. Að hlúa að gagnkvæmu eignarhaldi, sem er grunnur að endurnýjuðum tilfinningasamningi.

The Neurodivergent Lens on Emotional Drift

Tilfinningastreymi í taugavíkjandi pörum er oft ekki afleiðing skorts á umönnun, heldur fylgifiskur:

- Misskiptur samskiptastíll
- Skynþarfir sem eru misskildar
- Tilfinningalegur úrvinnslumunur
- Höfnunarviðkvæmni eða tilfinningaleg stjórnun
- Óviðurkennd grímu- eða lokunarhegðun

Einn félagi getur dregið sig til baka til að stjórna oförvun; hinn getur túlkað þessa afturköllun sem skort á ást. Annar getur bætt upp fyrir þögnina með óhóflegum tilfinningalegum tilboðum, sem hinum finnst yfirþyrmandi. Báðir félagar eru að bregðast við til að vernda sig, ekki til að skaða sambandið. Og samt gerist skaði enn - ekki með illsku, heldur með rangfærslu.

Þessi kafli býður hverjum maka að kanna hegðunarmynstur sitt af vinsemd. Spurningin er ekki *"Hvað er að mér?"* heldur frekar, *„Hvaða viðbragðsaðferðir notaði ég og hvernig höfðu þau áhrif á tenginguna?*

Emma og Marcus: Vendipunktur í raunveruleikanum

Til að koma þessum hugmyndum til skila er í þessum kafla kynning á áframhaldandi vignetti með Emmu (ADHD) og Marcus (einhverfum), sem lesendur kynntust í 5. kafla.

Eftir margra mánaða tilfinningalega spennu ákváðu þau að skiljast – bæði voru þau með sársauka en létti. Á tíma þeirra í sundur fór eitthvað að breytast. Án daglegs streituvalda við að reyna að „láta það virka" höfðu báðir pláss til að endurspegla. Emma byrjaði að skrifa dagbók. Marcus byrjaði að vinna með taugavíkjandi meðferðaraðila. Hvorugur var að reyna að „laga hitt". Þess í stað sneru þeir speglinum inn á við.

Hugleiðingar Emmu:

- „Ég áttaði mig á því að ég var að reyna að stjórna sambandshraðanum og þegar hann gat ekki passað við hraða minn, skelfdi ég og ýtti meira á mig.

Þessi kafli hvetur lesendur til að gefa út þá hugmynd að einhver þurfi að vera „að kenna“. Þess í stað er lagt til að báðir samstarfsaðilar hafi starfað frá stað til að lifa af - ekki skemmdarverk. Og nú þegar lifun hefur unnið starf sitt er kominn tími til að læra nýjar leiðir til að mæta – leiðir sem eiga rætur að rekja til trausts, varnarleysis og sameiginlegrar ábyrgðar.

Endurtengingaramma: Gagnkvæm samnýting

Þegar báðir aðilar hafa lokið sjálfshugleiðingum sínum kynnir þessi kafli ramma fyrir a **gagnkvæmt deilingarspjall**. Þetta snýst ekki um að endurvekja átök - þetta snýst um að viðurkenna vöxt.

Uppbyggingin inniheldur:

1. **Leiðbeiningar um undirbúning** (t.d. veldu rólegan tíma, settu grunnreglur fyrir hlustun án þess að trufla)
2. **Öruggt setningarform**, eins og:
    - „Eitt sem ég áttaði mig á að ég gerði sem stuðlaði að rekinu var...“
    - „Ég vissi það ekki á þeim tíma, en núna sé ég hvernig gjörðir mínar kunna að hafa látið þér líða...“
    - „Ég vil taka ábyrgð á...“

Þessi rammi umbreytir sjálfsvitund í sameiginlegan skilning. Það sýnir að ábyrgð er ekki vopn - það er gjöf. Þegar báðum finnst að sést *og* örugg, nánd byrjar að koma aftur.

Reframing the Drift sem gögn

Í stað þess að líta á tilfinningaflakkið sem merki um mistök hvetur þessi kafli lesendur til þess **endurgera það sem upplýsingar**. Sérhver týnd vísbending, sérhver tilfinningaleg kvikindi, hvert augnablik af þögn ber dýrmæt gögn um hvað sambandið þarf á að halda áfram.

Til dæmis:

- Ef einn félagi hörfaði stöðugt meðan á átökum stóð, þarf sambandið öryggisreglur fyrir ágreining.
- Ef annar maki fannst ósýnilegur þrátt fyrir viðleitni hins, þarf sambandið sameiginlegt tilfinningalegt tungumál.
- Ef báðir aðilar óttuðust að valda hvort öðru vonbrigðum, þarf sambandið pláss fyrir ófullkomleika.

Þessi hugarfarsbreyting—frá *„við duttum í sundur“* til *„við lærðum hvar við missum hvort annað“*— skapar grunn fyrir endurreisn af ásetningi og náð.

Lokahugleiðing: Hugrekki til að líta inn

Sjálfsíhugun er ekki auðveld, sérstaklega þegar það er gert í kjölfar tilfinningalegra sársauka. En það er eina leiðin í átt að annars konar tengingu. Í þessum kafla eru lesendur beðnir um að heiðra hugrekkið sem þarf til að snúa sér inn á við – ekki með skömm, heldur von.

Að horfa á hvernig við stuðlum að sambandsslitum þýðir ekki að við séum brotin. Það þýðir að við erum tilbúin að lækna meðvitað. Það þýðir að við erum tilbúin að tengjast öðruvísi. Það þýðir að við skiljum að ást, til að vera sjálfbær, verður að vera í sambandi við ábyrgð.

Þessi kafli endar ekki með sátt. Það endar með viðbúnaði. Hvort sem verið er að endurvekja sambandið eða innsýnin er ætluð fyrir framtíðarsamstarf, það sem skiptir máli er að tímamótin eru komin - og að þessu sinni er það fest í vitund.

Hlutverk tíma í sundur, rými til vaxtar og sjálfstjórn í endurtengingu

Úr bókinni: From Broken to Bonded – Rebuilding Intimacy for the Neurodivergent Couple

---

Inngangur: Nauðsyn hlés

Í mörgum samböndum, sérstaklega þeim sem verða fyrir áhrifum af taugabilun, kemur augnablik þegar ýtt áfram fer að líða eins og tilfinningalegt kviksyndi. Samskipti verða stirð, tilraunir til nálægðar koma aftur á móti og tilraunir til að „laga hlutina“ leiða til meiri gremju. Á þessum augnablikum er ein ástríkasta og græðandi ákvörðun sem par getur tekið að stíga til baka - ekki af ósigri, heldur af ásetningi.

Í þessum kafla er farið yfir það sem við köllum *Heilunarhléið*— meðvitað, samúðarfullt tímabil aðskilnaðar eða rýmis, hannað til að binda enda á samband, heldur leyfa því að anda. Oft er litið á tíma í sundur sem ógnun við nánd, en í mörgum taugavíkjandi samböndum verður það einmitt jarðvegurinn sem endurtenging vex upp úr.

Þetta hlé snýst ekki um að flýja. Það er um **skapa rými fyrir endurheimt taugakerfisins, einstaklingsvöxt og tilfinningalega endurkvörðun**— grunnefnin fyrir sjálfbæra, langtíma nánd.

Af hverju að þrýsta í gegn virkar ekki alltaf

Í menningu okkar er þrautseigjan oft vegsömuð. Okkur er kennt að þrýsta í gegnum tilfinningalega sársauka, halda áfram að reyna þar til hlutirnir „lagast“ og líta á hlé sem að gefast upp. En þegar báðir félagar eru í tilfinningalegu ofhleðslu, þá leiðir það oft til hruns - ekki tengsla.

Fyrir taugavíkjandi pör á þetta sérstaklega við:

- Félagi með **einhverfu** getur orðið gagntekið af tilfinningalegum styrkleika, sem leiðir til lokunar, afturköllunar eða grímu.
- Félagi með **ADHD** getur orðið stjórnlaus, viðbragðsfljót eða tilfinningalega hvatvís við streitu.
- Þegar tilfinningaleg stjórnunargeta er þvinguð verða átök hringsnúin og engar framfarir verða.

Í slíkum ríkjum, **ekkert tal mun laga það sem taugakerfið er ekki tilbúið til að taka á móti**. Það sem þarf er ekki annað samtal seint á kvöldin eða örvæntingarfull tilraun til að „finna út úr hlutunum“. Það sem þarf er hlé.

Endurskilgreina rými sem tæki fyrir nánd

Rými er ekki yfirgefin. Þögn er ekki höfnun. Og tími í sundur þýðir ekki sjálfkrafa tap á ást.

Hjá mörgum taugavíkjandi pörum gefur það hverjum einstaklingi tíma til að snúa aftur til sjálfs sín að gera hlé á hringrás tilfinningaskipta. Það býður upp á pláss til að:

- Tengstu aftur sjálfsmynd manns umfram sambandið
- Taktu þátt í einstaklingsmeðferð eða lækningaaðferðum
- Hugleiddu án tilfinningalegs hávaða frá daglegum samskiptum

- Endurheimtu skynjunar- og tilfinningajafnvægi

The Healing Pause er tækifæri til að stíga út úr **viðbragðslykkja** og inn **móttækileg vitund**. Það gerir pörum kleift að færa sig úr lifunarham inn á stað þar sem vísvitandi, gildisbundin endurtenging er tekin.

Emma og Marcus Revisited: A Pause with Purpose

Í gegnum þessa bók höfum við fylgst með Emmu (ADHD) og Marcus (einhverfum) í gegnum hæðir og lægðir í taugavíkjandi sambandi þeirra. Eftir marga mánuði af tilfinningalegum núningi og stigvaxandi misskilningi, samþykktu þau gagnkvæmt að taka pláss - ekki sem sambandsslit, heldur sem meðvitað hlé.

Í fyrstu var þögnin óbærileg. Emma hafði áhyggjur af því að Marcus myndi gleyma henni. Marcus óttaðist að Emma myndi halda áfram. En með tímanum kom annað í ljós: skýrleiki.

Upplifun Emmu í hléinu:

- Hún byrjaði í meðferð með áherslu á tilfinningalega stjórnun og höfnunarnæmi.
- Hún hélt dagbók, fylgdist með tilfinningalegum hvötum sínum og lærði að róa sjálfa sig.
- Hún byrjaði að viðurkenna að margar af tilfinningalegum kröfum hennar voru ekki sprottnar af mistökum Marcusar, heldur í eigin ótta við að yfirgefa hana.

Reynsla Marcusar í hléinu:

- Hann byrjaði að vinna að því að þekkja tilfinningalegar þarfir sínar og nefna þær - eitthvað sem hafði alltaf þótt óhlutbundið og óaðgengilegt.

- Hann uppgötvaði að tilfinningaleg afturköllun var orðin sjálfgefna stefna hans og það var tengt fyrstu reynslu af skynjunarofhleðslu og að vera misskilinn.
- Í fyrsta skipti hugsaði hann ekki um hvernig ætti að gera það *forðast átök* með Emmu, en hvernig á að sannarlega *vera til staðar* með henni.

Þegar þau komu saman aftur til að tala aftur, voru samtöl þeirra með öðrum gæðum. Hægari. Mýkri. Meira jarðbundið. The Healing Pause hafði gefið þeim svigrúm til að vaxa *sem einstaklingar*— og það gerði gæfumuninn.

Hvernig heilbrigð lækningahlé lítur út

Ekki er allt pláss að lækna. Stundum er fjarlægð notuð til að refsa, stjórna eða flýja. Sannkölluð lækningahlé er:

- **Samþykkt meðvitað** af báðum samstarfsaðilum
- **Skilgreind af skýrum mörkum** (hvað má og hvað má ekki)
- **Byggt upp af ásetningi**, þar á meðal tímalínur, væntingar til samskipta og persónuleg vaxtarmarkmið

Þessi hluti býður upp á hagnýtar leiðbeiningar um hvernig eigi að hefja og viðhalda lækningahlé, þar á meðal:

- **Hlé samningurinn**: Gagnkvæmt samkomulag sem lýsir tilgangi hlésins, tímalengd, mörk í kringum samskipti og einstakar skuldbindingar
- **Stuðningsáætlanir einstaklinga**: Að tryggja að hver einstaklingur hafi aðgang að tilfinningalegum stuðningi meðan á hléinu stendur (meðferð, dagbók, traustir vinir osfrv.)
- **Innritunarreglur**: Hvernig á að tengjast varlega aftur án þess að endurvekja spennu eða kvíða

Helstu tilmæli: Hlé ætti *ekki* vera opinn eða óljós. Taugavíkjandi heilar þrífast oft á uppbyggingu og skýr rammi tryggir að hléið þjónar tilgangi sínum án þess að skapa óöryggi.

Hlutverk sjálfsstjórnunar í endurtengingu

Ein af stærstu gjöfum lækningahlés er tækifærið til að byggja upp tilfinningalega sjálfstjórn. Án daglegs inntaks um þarfir maka eða kveikja geta einstaklingar einbeitt sér að:

- Að þekkja eigin tilfinningalotur
- Að bera kennsl á skynnæmi og stjórna því með fyrirbyggjandi hætti
- Að æfa núvitund, öndunaræfingar eða aðrar róandi venjur
- Byggja upp innri seiglu áður en þú tekur aftur þátt í tengslum

Þetta er sérstaklega mikilvægt fyrir samstarfsaðila sem upplifa:

- **Rejection Sensitivity Dysphoria (RSD)** - Algengur eiginleiki í ADHD, þar sem skynjað höfnun veldur óhóflegum tilfinningalegum sársauka.
- **Alexitímía** - Oft tengt einhverfu, þar sem erfitt er að bera kennsl á og tjá tilfinningar.

Í hléinu lærir hver félagi það *sitja með* óþægindi þeirra frekar en að losa hana yfir á hinn. Þetta stuðlar að innra öryggi, sem verður grunnurinn að *deilt* öryggi síðar.

Að enduruppgötva sjálfsmynd utan sambandsins

Nánd byrjar með sjálfsmynd. Þegar hjón hafa orðið fyrir átökum eða meðvirkni, missa þau oft sjónar á því hver þau eru *fyrir sig*. The Healing Pause er tækifæri til að:

- Endurheimtu persónulega hagsmuni, gildi og venjur
- Taktu á kulnun sem hefur safnast upp vegna tilfinningalegrar umönnunar eða grímu
- Byggja upp tilfinningu um sjálfsvirðingu utan samhengis sambandsins

Í þessum hluta kaflans er lögð áhersla á mikilvægi sjálfræðis í innbyrðis háði. Heilbrigð pör eru gerð úr heilum einstaklingum, ekki helmingum sem reyna að fullkomna hvort annað. Rými getur verið áhættusamt, en það er einmitt það sem gerir hverjum einstaklingi kleift að tengjast aftur kjarnasjálfinu sínu.

Áskorunin um tilfinningalegt umburðarlyndi

Margir taugavíkjandi einstaklingar glíma við **tilfinningalega varanleika**— hæfileikinn til að trúa því að ást eða tengsl séu enn til, jafnvel þó hún sé ekki strax til staðar. Á meðan á lækningu stendur getur þetta verið sérstaklega sársaukafullt.

Til að styðja þetta, kynnir kaflinn æfingar til að byggja upp tilfinningalegt umburðarlyndi, eins og:

- Að skrifa hvert öðru bréf sem eru ekki send, heldur notuð til að vinna úr tilfinningum
- Sjónræn vinnubrögð þar sem hver félagi ímyndar sér sambandið í sinni grónu mynd
- Sjálfsstaðfestingar sem styrkja tengsl eru ekki háðar nálægð

Þessi verkfæri hjálpa til við að stjórna kvíðanum sem kemur oft upp þegar pör eru í sundur. Þeir rækta traust - ekki bara á hvert annað, heldur á getu sambandsins til að standast óþægindi.

Þegar hléið verður leið

Heilunarhlé er ekki trygging fyrir sátt. Stundum leiðir rýmið í ljós að sambandið hefur gengið sinn vanagang. En í mörgum tilfellum skýrist rýmið *hvernig* sambandið þarf að þróast.

Sum pör snúa aftur úr hléi með dýpri skuldbindingu. Aðrir breyta uppbyggingu sambandsins algjörlega - fara frá rómantískum samstarfi yfir í vináttu, meðvirkni eða eitthvað allt annað.

Lykillinn er þessi: **lækning varð**. Hver félagi stækkaði. Og hvaða lögun sem tengingin tekur næst, þá er hún byggð á heiðarleika og umhyggju, ekki örvæntingu eða ótta.

Rammi til að snúa aftur

Þegar það er kominn tími til að tengjast aftur ætti ferlið að vera smám saman, virðingarvert og eiga rætur í samþykki. Þessi kafli lýsir þriggja þrepa ramma fyrir endurinngöngu:

1. **Íhugunarmiðlun** - Hver félagi deilir því sem hann hefur lært um sjálfan sig í hléinu, notar „ég" staðhæfingar og forðast ásakanir eða væntingar.
2. **Þarfnast endurstillingar** – Samstarfsaðilar orða það sem þeir skilja núna að þeir þurfa til að finnast þeir vera tilfinningalega öruggir og tengdir.
3. **Nýir samningar** – Hjónin búa til í sameiningu nýja samninga (ekki reglur eða ultimatum) um hvernig eigi að halda áfram, byggt á gagnkvæmum vexti og getu.

Sem dæmi má nefna:

- "Ég þarf tíma til að vinna úr áður en ég bregst við tilfinningalegum samtölum."
- „Ég þarf skýrar staðfestingar um umönnun einu sinni í viku, jafnvel í litlum formum.

- „Við skulum skipuleggja tíma til að ræða gangverki sambandsins mánaðarlega í stað þess að vera aðeins í átökum.

Lokun: Að treysta kyrrðinni

Heilun er ekki alltaf hávær. Vöxtur lítur ekki alltaf út eins og framfarir. Stundum er kyrrð það umbreytandi sem samband getur upplifað.

Í þeirri kyrrð:

- Hjörtu endurkvarðast.
- Taugakerfi endurstillt.
- Auðkenni eru enduruppgötvuð.
- Nánd — hægt, hljóðlega — kemur aftur.

Þessi kafli minnir lesendur á að fjarlægð getur verið heilög. Að gera hlé er ekki að hætta - það er að undirbúa sig. Og þegar bæði fólk skuldbindur sig til að lækna sjálft sig getur bilið á milli þeirra orðið brú, ekki hindrun.

Kafli 8: Love Languages, Neurodivergent Edition

Endurskilgreina hefðbundin ástarmál til að passa skynþarfir og samskiptastíl

Úr bókinni: From Broken to Bonded – Rebuilding Intimacy for the Neurodivergent Couple

---

Inngangur: Hvers vegna hefðbundin ástarmál missa oft marks

Fyrir mörg pör býður hugtakið „ástartungumál" – mótað af Dr. Gary Chapman – upp á dýrmætan ramma til að skilja hvernig við gefum og tökum á móti ást. Þessi fimm sígildu tungumál - staðfestingarorð, gæðatími, að fá gjafir, þjónustulund og líkamleg snerting - hafa hjálpað milljónum að koma tilfinningalegum þörfum sínum skýrari á framfæri.

Hins vegar, fyrir taugadreifandi pör, skortir hefðbundin ástarmál oft að fanga hina ríku, flóknu og stundum fíngerðu leiðir sem nánd og ástúð er tjáð og upplifað. Taugavíkjandi hugar, eins og þeir sem eru með einhverfu, ADHD, skynjunarmun eða aðrar aðstæður, vinna ástúð, tengingu og samskipti á einstakan hátt. Þessi sérstaða þýðir að klassískar skilgreiningar á ástartungumáli þarf að endurtúlka og stækka með yfirvegun.

Í þessum kafla er kannað hvernig pör geta **endurskilgreina ástarmálin í taugavíkjandi samhengi**, samþætta skynvillur, samskiptastíla, tilfinningalega takta og raunveruleika framkvæmda. Markmiðið er að hjálpa pörum að byggja upp persónulegt kort af skynjunar- og tilfinningalegum ástartungumálum þeirra - verkfæri sem styrkja dýpri skilning og tengsl.

Takmörk klassíska líkansins fyrir taugavíkjandi pör

Hin hefðbundnu fimm ástartungumál gera ráð fyrir dálítið taugatýpískri grunnlínu fyrir tilfinningaleg samskipti. Hjá mörgum taugavíkjandi einstaklingum geta áskoranir með skynvinnslu, munnlegri tjáningu eða tilfinningalegri stjórnun valdið því að þessi tungumál líða framandi, yfirþyrmandi eða óaðgengileg.

Til dæmis:

- **Líkamleg snerting** getur verið andstyggilegt fyrir maka með skynnæmi, þannig að faðmlög eða handtaka finnst óþægilegt frekar en hughreystandi.
- **Staðfestingarorð** gæti verið rangtúlkað eða misskilið af einhverjum sem glímir við alexitymiu (erfiðleikar við að bera kennsl á og tjá tilfinningar).
- **Gæðatími** gæti þurft að endurskilgreina ef einn félagi upplifir stjórnunarvandamál, gerir sjálfsprottnar áætlanir eða langvarandi félagsvist streituvaldandi.
- **Þjónustugerðir** getur verið ruglingslegt ef félagi hefur mismunandi forgangsröðun í framkvæmdastjórn eða á erfitt með að koma verkefnum af stað.
- **Að taka á móti gjöfum** gæti ekki haft merkingu ef einn félagi leggur litla áherslu á efnisleg tákn eða á í erfiðleikum með að túlka táknrænar athafnir.

Vegna þessara áskorana geta pör fundið sig svekktur, aftengdur eða lent í hringrás misskilnings þrátt fyrir einlæga umönnun.

Í átt að taugavíkjandi ástarmálsramma

Fyrsta skrefið í að byggja upp taugavíkjandi ástarmál er **viðurkenningu og virðingu** fyrir einstaka skynjunar- og samskiptasnið hvers maka. Þetta þýðir:

- Að skilja að ástartjáningar þurfa að vera **aðlagað, sérsniðið og samið**.
- Að viðurkenna það **skynrænar óskir hafa áhrif á hvernig ástúð er móttekin og gefin**.
- Að samþykkja að tilfinningaleg tjáning gæti verið **orðlaus, óbein eða óhefðbundin**, samt ekki síður gildar.
- Verðmat **viljandi og samþykki** yfir frammistöðu eða menningarlega væntanleg tjáning.

Með þessu hugarfari geta pör skapað saman a **sérsniðið tungumál kærleikans** sem finnst ósvikið, nærandi og sjálfbært.

Kortleggja skynræna ástarmálið þitt

Ein af helstu nýjungum þessa kafla er verkefni sem ætlað er að hjálpa pörum að kortleggja sig **skynjunarlegt + tilfinningalegt ástarmál**— Hagnýt æfing til að bera kennsl á hvers konar ástúð finnst þýðingarmikil og viðráðanleg.

Sensory Preferences Inventory

Þessi úttekt býður samstarfsaðilum að íhuga:

- **Snerta:** Hvers konar snerting líður vel? Hvað finnst þér hlutlaust eða andstyggilegt? (T.d. létt snerting, þéttur þrýstingur, forðast ákveðna áferð)
- **Sjónræn:** Hvers konar sjónræn vísbendingar miðla ástúð? (T.d. augnsamband, svipbrigði, litir eða sjónræn venja)

- **Heyrn:** Hvernig hafa hljóð eða raddstónar áhrif á tilfinningatengsl? (T.d. hvíslað orð, stöðugar rólegar raddir eða skrifaðar athugasemdir í stað talaðra orða)
- **Lyktarskyn:** Auka ákveðnar lyktir tengingu? (T.d. uppáhalds ilmvötn, róandi ilmur)
- **Proprioceptive og vestibular:** Er hreyfing eða þrýstingsbundin starfsemi róandi? (T.d. þyngdarteppi, makanudd, sveiflur)

Samstarfsaðilar eru hvattir til að gefa hverjum skynjunarflokki einkunn á kvarða um þægindi og val og taka eftir sérstökum dæmum eða mörkum.

Stílskráning tilfinningasamskipta

Samhliða skoða samstarfsaðilar hvernig þeir tjá og vilja taka á móti **tilfinningalega væntumþykju**:

- **Verbal vs Nonverbal:** Vilja þeir frekar skýr orð, myndlíkingar eða þögn til að finnast þeir elskaðir?
- **Beint vs óbeint:** Er auðveldara að gefa/taka ást með einföldum yfirlýsingum eða lúmskum vísbendingum og helgisiðum?
- **Tíðni og tímasetning:** Hversu oft þurfa þeir að finnast þeir vera tengdir? Er einhver tilfinningalegur taktur sem hentar þeim betur (t.d. tíðar litlar bendingar á móti einstaka djúpum samtölum)?
- **Tilfinningalegur styrkur:** Þrífst þeir á ástríðufullum tilfinningaskiptum eða kjósa róleg og stöðug samskipti?

Þessar spurningar hjálpa samstarfsaðilum að orða þarfir sínar umfram „Ég vil meira hrós“ eða „Ég vil fleiri faðmlög,“ að þýða óhlutbundnar tilfinningar yfir í raunhæfar óskir.

Að brúa mun: Hagnýtar aðferðir

Eftir að hafa kortlagt óskir einstaklinga geta pör unnið að því að brúa mismun með áþreifanlegum aðferðum sem virða taugavíkjandi raflögn hvers maka:

- **Skynmeðvituð líkamleg ástúð:** Að búa til „snertivalmyndir" þar sem samstarfsaðilar velja úr ýmsum áþreifanlegum samskiptum sem þeim finnst þægilegt, t.d. að halda í höndina í 5 mínútur, nudda aftur með þéttum þrýstingi eða sitja hlið við hlið án snertingar.
- **Aðrar staðfestingar:** Fyrir maka sem finnst munnlegt hrós yfirþyrmandi, nota skriflegar athugasemdir, texta eða sjónræn tákn (eins og hjartalímmiða á ísskápnum) til að tjá þakklæti og umhyggju.
- **Uppbyggður gæðatími:** Í stað þess að vera í opnum afdrepum skaltu skipuleggja sérstakar, skynjunarvænar athafnir eins og göngutúra í náttúrunni, rólegar lestrarstundir eða kvikmyndakvöld með litla örvun.
- **Hreinsa þjónustuathafnir:** Notkun gátlista eða sameiginleg dagatöl til að miðla hjálp frekar en að treysta á óljós tilboð, sem samstarfsaðilar með vanstarfsemi geta misst af.
- **Gjafagjöf af ásetningi:** Velja gjafir út frá skynrænum óskum eða sameiginlegum áhugamálum og ræða merkinguna á bak við þær afdráttarlaust.

Viðurkenna hlutverk framkvæmdastarfs og tilfinningalegrar reglugerðar

Skilningur á því að stjórnunarvandamál og tilfinningaleg truflun eru algeng hjá maka með taugaskiptingu endurnýjar ástarmálin sem **samvinnuaðlögun frekar en skyldur**. Til dæmis:

- Félagi með ADHD gæti gleymt munnlegum staðfestingum óviljandi en sýnt ást með sjálfsprottnum athöfnum.
- Félagi með einhverfu gæti átt í erfiðleikum með að koma af stað líkamlegri ástúð en lýsir umhyggju með stöðugum venjum.

Þessi kafli leggur áherslu á **miskunnsamur sveigjanleiki** og hvetur pör til að fagna *allt* ástartjáningar, sérstaklega þær sem erfitt er að koma fram.

Hlutverk samþykkis og mörk

Að byggja upp nánd með persónulegum ástartungumálum krefst **áframhaldandi samningaviðræður um samþykki og mörk**. Í kaflanum er fjallað um hvernig:

- Samstarfsaðilar geta notað skynjunar- og tilfinningakort sín til að setja skýr mörk án sektarkenndar.
- Að segja „nei“ við ákveðnum tegundum ástúðar þýðir ekki höfnun heldur sjálfumhyggju.
- Samþykki er samtal sem þróast, sérstaklega þegar skynvillur eða tilfinningalegar þarfir breytast með tímanum.
- Samstarfsaðilar geta innritað sig reglulega til að uppfæra ástarmálskortin sín og aðlaga tjáningu sína í samræmi við það.

Kraftur helgisiða og endurtekningar

Margir taugavíkjandi einstaklingar þrífast á fyrirsjáanleika og venju. Innlimun **helgisiði**— litlar, endurteknar aðgerðir sem tjá ást — geta byggt upp öryggi og tengsl með tímanum.
Sem dæmi má nefna:

- Morgun- eða kvöldkveðjur sniðnar að skynjunarþægindum
- Vikuleg „innritun“ spjall með fyrirfram skilgreindum umræðuefnum
- Sameiginleg róandi starfsemi eins og djúp öndun eða tónlistarhlustun

Kaflinn undirstrikar hvernig þessir helgisiðir skapa sameiginlegt tungumál kærleikans, draga úr kvíða og festa sambandið í stöðugu sambandi.

Virkni: Að búa til persónulega ástartungumálakortið þitt

Í lok kaflans er lesendum leiðbeint í gegnum skipulagða starfsemi til að búa til sín eigin skynjunar- og tilfinningalegt ástarmálskort:

1. **Sjálfsmat:** Samstarfsaðilar fylla út ítarlega spurningalista um skynjun þeirra sem líkar við/mislíkar og tilfinningaleg samskipti.
2. **Deiling og umræður:** Þör deila svörum sínum opinskátt og spyrja skýrandi spurninga án þess að dæma.
3. **Sameiginlegur málþroski:** Samstarfsaðilar búa til í sameiningu orðalista yfir hugtök og merkingar sem eru einstök fyrir samband þeirra (t.d. „hléhöndin“ þýðir að ég þarf rólegan tíma“ eða „texti með þumalfingur upp þýðir „ég er að hugsa um þig““).

4. **Framkvæmdaáætlun:** Þeir koma sér saman um hagnýtar leiðir til að tjá ást daglega og skipuleggja innritun til að betrumbæta tungumálið sitt.

Þessi starfsemi þjónar sem vegvísir fyrir dýpri samkennd og tengsl.

Dæmi: Hvernig endurskilgreining ástarmálanna bjargaði Maya og Raj

Maya, sem er með skynnæmni og glímir við munnlega tjáningu, og Raj, þar sem ADHD lýsir sér í tilfinningalegri hvatvísi, fundu sig fastar í gremju þrátt fyrir djúpa ást. Meðferðaraðili þeirra kynnti hugmyndina um að kortleggja ástarmálin með skynjunar- og tilfinningalegum skrám.

Maya áttaði sig á að líkamleg snerting þyrfti að vera stutt og fyrirsjáanleg; Raj komst að því að tíðar munnlegar staðhæfingar hjálpuðu honum að finnast hann vera jarðbundinn en hann þurfti að vera áþreifanlegur frekar en óljós. Saman bjuggu þeir til nýja helgisiði, eins og stuttar „innritunir“ á morgnana og „rólegur kúra“ rútína sem virti skynjunarmörk Mayu.

Þessi endurskipulagning gaf ástinni þeirra nýjan orðaforða - sem heiðraði taugabilun þeirra og ýtti undir endurnýjaða nánd.

Ályktun: Byggja upp nánd á þínum eigin forsendum

Hjarta þessa kafla er ákall til hjóna: **Ekki þvinga taugatýpísk handrit upp á ást þína. Byggðu upp þitt eigið tungumál.** Taugavíkjandi raflögn þín eru ekki hindrun - það er uppspretta auðlegðar og dýptar.

Með því að faðma skynjunarmun, eiga heiðarleg samskipti og vinna með góðvild, geta pör skapað nánd sem finnst ósvikin og gleðileg. Ferðin til að endurreisa ástina byrjar ekki með stórkostlegum látbragði heldur litlum, viljandi skrefum sem eru í takt við hver þú ert í raun og veru.

Þegar þú lokar þessum kafla skaltu muna: ástarmál eru lifandi tungumál. Þeir þróast eins og þú þróast. Haltu áfram að hlusta, haltu áfram að aðlagast og síðast en ekki síst - haltu áfram að elska á þinni einstöku tíðni.

Hvernig á að búa til munnlega samninga um ástúð, niður í miðbæ, kynlíf og tilfinningalegan stuðning

Úr bókinni: From Broken to Bonded – Rebuilding Intimacy for the Neurodivergent Couple

---

Inngangur: Kostnaður við forsendur í taugavíkjandi samböndum

Í mörgum samböndum er ást og nánd oft höfð að leiðarljósi ósagðar væntingar og forsendur. Samstarfsaðilar „vita bara" hvenær og hvernig á að tjá ástúð, veita stuðning eða taka þátt í nánd. Fyrir taugatýpísk pör getur þessi óbeinu skilningur virkað nokkuð vel. Hins vegar geta þessar forsendur fljótt leitt til misskilnings, tilfinningalegrar vanlíðan og óuppfylltar þarfir hjá pörum sem eru ólíkir í taugakerfi – þar sem skynnæmi, tilfinningaleg úrvinnsla munur og samskiptastíll er mjög mismunandi.

Þessi kafli fjallar um mikilvægi þess **skýrum samningum**: skýrir, meðvitaðir munnlegir samningar milli maka sem skilgreina hvernig þeir veita og þiggja ástúð, niður í miðbæ, kynferðislega nánd og tilfinningalegan stuðning. Markmiðið er að skipta út óvissu fyrir skýrleika, draga úr tilfinningalegum núningi og skapa grunn gagnkvæmrar virðingar og fyrirsjáanleika.

Ósýnilega byrði ósagðra væntinga

Forsendur eru ósýnileg en öflug öfl í samböndum. Þeir endurspegla oft menningarleg viðmið, skilyrði bernsku eða persónulegar skoðanir um ást og samstarf. Því miður koma þessar óbeinu reglur sjaldan til móts við taugavíkjandi mun.

Íhugaðu hvernig ósagðar væntingar birtast:

- Að gera ráð fyrir að maki muni af sjálfu sér tjá ástúð á taugatýpískan hátt.
- Búast við að kynferðisleg nánd fylgi „venjulegum" takti eða tíðni.
- Að trúa tilfinningalegum stuðningi þýðir að tala í gegnum vandamál munnlega, jafnvel þótt einum félaga finnist þetta yfirþyrmandi.
- Að gera ráð fyrir að niður í miðbæ hafi það sama fyrir báða samstarfsaðila - þegar annar gæti þurft einveru og hinn þráir tengingu.

Þegar þessar væntingar eru óuppfylltar getur maka fundið fyrir höfnun, svekkju eða rugli. Með tímanum safnast þetta upp í tilfinningalega kulnun, gremju eða afturköllun.

Af hverju skýrir samningar skipta meira máli í taugavíkjandi samböndum

Fyrir taugavíkjandi pör þjóna skýrir samningar nokkrum mikilvægum tilgangi:

- **Skýrleiki:** Þeir útrýma getgátum um þarfir og mörk hvers maka.
- **Fyrirsjáanleiki:** Þeir hjálpa maka að sjá fyrir tilfinningalegt og líkamlegt aðgengi hvors annars, draga úr kvíða.
- **Valdefling:** Þeir gefa báðum samstarfsaðilum umboð til að tjá það sem þeir þurfa og semja um skilmála sem virka.

- **Öryggi:** Þau skapa ramma fyrir samþykki og virðingu, sem er mikilvægt fyrir tilfinningalega og líkamlega nánd.
- **Sveigjanleiki:** Hægt er að endurskoða þær og endurskoða eftir því sem þarfir þróast og koma í veg fyrir stöðnun eða ósögða óánægju.

Með því að gera samninga skýra byggja pör upp tungumál samþykkis og samvinnu sem virðir einstaka raflögn þeirra og styður við sjálfbæra nánd.

Sameiginleg svæði fyrir skýra samninga

Í kaflanum er lögð áhersla á fjögur lykilsvið þar sem skýrir munnlegir samningar geta umbreytt sambandinu:

1. **Ástúð**
2. **Niðurtími**
3. **Kynferðisleg nánd**
4. **Tilfinningalegur stuðningur**

---

1. Skýrir samningar um ástúð

Ástúð er algerlega leiðin til þess að maka upplifi að þeir séu elskaðir og tengdir, en það er líka einn af breytilegustu og misskilnuðustu þáttunum í taugavíkjandi samböndum.

- **Skilgreina ástúð:** Ástúð getur falið í sér líkamlega snertingu, munnlegar staðfestingar, þjónustuathafnir eða jafnvel viðveru án orða.
- **Að bera kennsl á þarfir og takmörk:** Hver félagi skýrir hvaða tegundir ástúðar finnst ræktandi á móti yfirþyrmandi. Til dæmis gæti einn félagi viljað knúsa á hverjum morgni; hinn kýs kannski rólegar stundir hlið við hlið.

- **Að búa til ástúðarsamninga:** Þessir munnlegu samningar tilgreina hvernig ástúð er boðin og móttekin. Til dæmis, "Ég mun spyrja áður en ég byrja á líkamlegri snertingu" eða "Ég mun munnlega staðfesta viðleitni þína tvisvar á dag."
- **Að virða mörk:** Samstarfsaðilar viðurkenna þegar þarfir ástúðar breytast og eru sammála um að miðla þessum breytingum opinskátt.
- **Tímasett vs sjálfkrafa ástúð:** Sum pör njóta góðs af því að setja „ástúðlega stefnumót" þar sem þau innrita sig líkamlega eða munnlega, sem dregur úr þrýstingi sjálfkrafa tjáningar sem gætu valdið yfirþyrmingu.

Þessi hluti inniheldur sýnishorn af forskriftum og sniðmátum til að búa til ástúðlega samninga sem draga úr getgátum og byggja upp traust.

---

2. Skýrir samningar um niður í miðbæ

Niður í miðbæ, eða þörfin fyrir einveru og hvíld, er sérstaklega mikilvæg fyrir taugavíkjandi einstaklinga sem upplifa oft skynjunarofhleðslu, tilfinningalega yfirþyrmingu eða þreytu í framkvæmdastarfsemi.

- **Að skilja þarfir niður í miðbæ:** Samstarfsaðilar kanna hvað niður í miðbæ þýðir fyrir hvern einstakling - er það rólegur tími einn, að taka þátt í róandi athöfnum eða algjörlega sambandsleysi frá félagslegum samskiptum?
- **Að semja um mörk niðurtíma:** Samningar gætu falið í sér hversu mikinn fyrirvara á að gefa áður en óskað er eftir einlífstíma, hversu lengi hlé eru venjulega og hvernig á að gefa til kynna þegar tilbúið er að tengjast aftur.

- **Jafnvægi á tengingu og einsemd:** Pör ræða hvernig niður í miðbæ fellur inn í tilfinningalegt landslag þeirra í heild sinni, og tryggja að þörf annars félaga fyrir einveru leiði ekki til þess að hinn upplifi sig yfirgefinn.
- **Niðurtíma helgisiðir:** Samstarfsaðilar geta búið til helgisiði til að heiðra niður í miðbæ, eins og tiltekna setningu sem þýðir „Ég þarf pláss" eða líkamlegar vísbendingar sem gefa til kynna hlé.
- **Neyðarstöðvun:** Samningar geta tekið til aðstæðna þar sem skynjunar- eða tilfinningaleg ofgnótt krefst tafarlausrar hörfa og hvernig hinn félaginn getur brugðist við.

Þessi hluti hjálpar pörum að búa til skýra og miskunnsama samninga sem tryggja persónulega endurreisn á sama tíma og hlúa að tengingu.

---

3. Skýrir samningar í kringum kynferðislega nánd

Kynferðisleg nánd er oft eitt af erfiðustu og viðkvæmustu sviðunum fyrir taugavíkjandi pör. Mismunur á skynvinnslu, kynhvöt, tímasetningu og samskiptastíl þýðir að forsendur geta leitt til særðra tilfinninga eða þvingunar.

- **Endurgerð kynferðislega nánd:** Að viðurkenna að nánd getur falið í sér margs konar athafnir og tjáningu, ekki bara samfarir.
- **Samþykki sem lifandi samningur:** Leggja áherslu á áframhaldandi samþykki og opin samskipti, frekar en einu sinni leyfi.
- **Tíðni og tímasetning:** Samstarfsaðilar semja um hversu oft og hvenær kynlíf er æskilegt eða framkvæmanlegt, með tilliti til sveiflna í orku, skapi eða skynjunarþægindum.

- **Skynræn óskir og mörk:** Samningar segja til um hvers konar snertingu eða örvun er ánægjuleg, hlutlaus eða ótakmörkuð.
- **Notkun „Já/Nei/Kannski“ lista:** Samstarfsaðilar búa til lista til að setja skýrt fram kynferðislegar óskir og mörk.
- **Að takast á við höfnunarnæmi:** Aðferðir til að fara í gegnum tilfinningar um höfnun eða misskilning með góðvild og fullvissu.
- **Kynferðisleg nánd:** Samkomulag um leiðir til að tjá nálægð sem felur ekki í sér kynferðislega virkni, með virðingu fyrir þægindastigum hvers annars.

Þessi hluti inniheldur dæmi um munnlega samninga um kynlíf og nánd sem stuðla að öryggi, ánægju og gagnkvæmri virðingu.

---

4. Skýrir samningar um tilfinningalegan stuðning

Tilfinningalegur stuðningur er undirstaða heilbrigðra samskipta, en taugavíkjandi munur á samskiptum og tilfinningalegri úrvinnslu getur flækt tjáningu þess.

- **Skilgreina tilfinningalegan stuðning:** Hvernig lítur tilfinningalegur stuðningur út fyrir hvern maka? Fyrir suma gæti það þýtt að tala í gegnum vandamál; fyrir aðra, rólega nærveru eða hagnýta aðstoð.
- **Tímasetning og framboð:** Samningar fjalla um hvenær og hvernig samstarfsaðilar bjóða upp á stuðning, sérstaklega ef maður er óvart eða ófær um að taka þátt.
- **Að virða tilfinningaleg mörk:** Að viðurkenna að tilfinningaleg getu getur sveiflast og samþykkja að kíkja reglulega inn um þarfir.

- **Merkjakerfi:** Pör geta þróað munnleg eða óorðin merki til að gefa til kynna hvenær þörf er á tilfinningalegum stuðningi eða þegar þörf er á plássi.
- **Að stjórna höfnunarnæmni og tilfinningalegri yfirþyrmingu:** Aðferðir til að bregðast vinsamlega og uppbyggilega við þegar einn félagi á í erfiðleikum með að veita eða þiggja stuðning.
- **Að búa til tilfinningalega stuðningsáætlanir:** Þar á meðal samþykktar leiðir til að miðla neyð, setja mörk og veita fullvissu.

Þessi hluti leiðbeinir pörum við að búa til skýra samninga sem stuðla að tilfinningalegu öryggi og svörun.

Hvernig á að búa til skilvirka skýra samninga

Að búa til skýra samninga krefst ásetnings, þolinmæði og gagnkvæmrar virðingar. Kaflinn býður upp á skref-fyrir-skref leiðbeiningar:

- **Skref 1: Stilltu öruggt rými fyrir samræður**
  Veldu rólegt, truflunarlaust umhverfi til að ræða þarfir og mörk.
- **Skref 2: Notaðu skýrt, áþreifanlegt tungumál**
  Forðastu óljósar setningar. Í staðinn skaltu tilgreina hvaða athafnir, orð eða hegðun er æskileg eða ótakmörkuð.
- **Skref 3: Æfðu virka hlustun**
  Hver félagi umorðar það sem hinn segir til að staðfesta skilning.
- **Skref 4: Skrifaðu niður samninga**
  Skráning samninga hjálpar til við að forðast misskilning og veitir tilvísun.

- **Skref 5: Skipuleggðu reglulega innritun**
  Samþykkja að endurskoða og endurskoða samninga eftir því sem þarfir og aðstæður breytast.
- **Skref 6: Komdu saman um afleiðingar og viðbrögð**
  Ræddu hvernig á að takast á við aðstæður þar sem samningar eru óviljandi rofnir, með áherslu á viðgerð fram yfir sök.

Hlutverk taugavíkjandi meðferðar og markþjálfunar

Í kaflanum er lögð áhersla á gildi faglegs stuðnings við gerð og viðhald skýrra samninga. Sjúkraþjálfarar og þjálfarar sem eru þjálfaðir í taugafjölbreytni geta auðveldað þessi samtöl með því að:

- Að veita hlutlaust rými fyrir samræður.
- Kennsla á samskipta- og samningafærni.
- Að hjálpa samstarfsaðilum að skilja taugavíkjandi raflögn þeirra.
- Stuðningur við tilfinningalega stjórnun á erfiðum viðræðum.

Faglegur stuðningur getur verið sérstaklega gagnlegur þegar tilfinningaleg álag eða fyrri áföll torvelda samningagerð.

Dæmi: Byggingarsamningar sem virkuðu fyrir Liam og Aisha

Liam, sem er með ADHD, og Aisha, á einhverfurófinu, fundu fyrir endurteknum átökum vegna misjafnra forsendna um ástúð og niður í miðbæ. Liam fannst honum hafnað þegar Aisha leitaði einveru; Aisha fannst yfirþyrmandi af sjálfsprottinni þörf Liam fyrir nálægð.

Með leiðsögn meðferðaraðila þeirra bjuggu þeir til skýra samninga: Liam samþykkti að spyrja áður en hann hóf líkamlega snertingu og virða „kyrrðarstund“ Aisha á hverju kvöldi. Aisha samþykkti að senda skilaboð „tilbúinn til að tengjast“ eftir niður í miðbæ, sem gefur Liam skýrleika.

Þeir þróuðu einnig „Já/Nei/Kannski“ lista fyrir nánd og sameiginlegt dagatal fyrir innritun fyrir tilfinningalegan stuðning. Með tímanum drógu þessir skýru samningar úr kvíða og jukust tilfinningar um öryggi og tengsl.

Hvatningarkall til aðgerða

Þessi kafli hvetur pör til að tileinka sér kraftinn **talaða samninga** sem verkfæri kærleika frekar en takmarkana. Skýrir samningar snúast ekki um stífleika eða stjórn heldur um að búa til sameiginlegan ramma sem virðir þarfir og mörk hvers og eins.

Með því að færa sig frá forsendum yfir í orðræðu byggja pör nánd á grundvelli skýrleika, virðingar og samþykkis. Þessi meðvitaða viðleitni til að eiga samskipti opinskátt er athöfn umhyggju og skuldbindingar - sem umbreytir samböndum úr viðkvæmum í seigur.

Kafli 10: Skipulögð nánd: Frá kenningu til framkvæmda

Úr bókinni: From Broken to Bonded – Rebuilding Intimacy for the Neurodivergent Couple

---

Inngangur: Að brúa skilning og aðgerð

Í gegnum fyrri kaflana höfum við kannað tilfinningalega raflögn taugavíkjandi para, áskoranirnar sem þau standa frammi fyrir og mikilvægi skýrra samskipta og skýrra samninga. Skilningur á þessum meginreglum er mikilvægur grunnur, en lækningu og endurreisn nándarinnar krefst þess að færa sig frá þekkingu til stöðugrar, viljandi iðkunar. Þessi kafli fjallar um **skipulögð nánd** — hagnýtar æfingar, skynjunarvænar stefnumótahugmyndir og vikulega helgisiði sem ætlað er að rækta tilfinningalega og líkamlega tengingu á þann hátt sem virðir taugavíkjandi þarfir.

Skipulögð nánd er vísvitandi nálgun til að hlúa að nálægð. Það umbreytir óhlutbundnum hugtökum eins og „ástúð“ eða „tilfinningalegum stuðningi“ í framkvæmanlega, endurtekna hegðun. Þessi hegðun verður stöðugur þráður sem fléttar parið nánar saman, jafnvel innan um skynjunarkennd, stjórnunarvandamál eða tilfinningalega yfirþyrmingu.

Hvers vegna uppbygging skiptir máli í taugavíkjandi nánd

Hjá mörgum taugavíkjandi einstaklingum getur ófyrirsjáanleiki í félagslegum og tilfinningalegum samskiptum valdið kvíða og streitu. Sjálfkrafa tjáning um nánd – þó oft sé hugsuð í dægurmenningu – getur verið yfirþyrmandi eða ruglingslegt. Skipulögð nánd veitir a **fyrirsjáanlegt, öruggt ílát** fyrir tengingu.

Uppbygging:

- Skapar **samræmi**, sem getur dregið úr kvíða og hjálpað til við að byggja upp traust.
- Býður upp á a **skýran vegvísi** fyrir maka sem gætu átt í erfiðleikum með að túlka óbeina tilfinningalega vísbendingar.
- Gerir samstarfsaðilum kleift að **hraða nánd** eftir skyn- og tilfinningagetu.
- Leyfir plássi til **æfa og styrkja samskiptahæfileika** og tilfinningalega aðlögun.
- Hjálpar til við að forðast þreytu og kulnun sem stafar af getgátum og tilfinningalegum misskiptingum.

Með því að fella skipulagða nánd inn í daglegar og vikulegar venjur, rækta pör takt sem styður gagnkvæman vöxt og tilfinningalegt öryggi.

Hagnýtar æfingar til að hlúa að tengingu

Þessi hluti kynnir praktískar æfingar sem eru hannaðar til að styrkja tilfinningalega og líkamlega nánd, sem hver um sig er hægt að laga að skynvillum og samskiptastílum.

1. Skynræn innritun

Þessi einfalda æfing hjálpar maka að stilla sig inn á núverandi skynjunar- og tilfinningalegt ástand áður en þeir taka þátt í dýpri tengslum.

- Félagar skiptast á að deila hvar þeir eru á skynþægindakvarða (t.d. 1 til 5, þar sem 1 = yfirþyrmandi, 5 = rólegur og opinn).
- Þeir deila líka tilfinningalegum reiðubúnum sínum til að tengjast (t.d. „Ég er kvíðin en langar að prófa stutt kúra“).
- Þessi innritun setur væntingar og kemur í veg fyrir ofgnótt.

Af hverju það skiptir máli: Það hvetur til sjálfsvitundar og skapar sameiginlegt tungumál í kringum skynþarfir.

2. Snertilotur með leiðsögn

Líkamleg ástúð er einn öflugasti en flóknasta þátturinn í nánd fyrir taugavíkjandi pör. Snertilotur með leiðsögn skapa blíðlegt umhverfi til að kanna snertivalkosti.

- Einn félagi býður upp á snertingu innan samþykktra marka.
- Móttökufélaginn gefur rauntíma endurgjöf (munnleg eða óorðin) um þægindi og ánægju.
- Notkun mjúkrar áferðar, nuddolíu eða þyngdar teppi er hægt að fella inn eftir vali.
- Fundir eru stuttir í upphafi og lengjast smám saman eftir því sem þægindin aukast.

Af hverju það skiptir máli: Það byggir upp traust og hjálpar samstarfsaðilum að læra skynjunarmörk hvers annars.

3. Tilfinningalega deilihringir

Regluleg tilfinningadeild stuðlar að varnarleysi og tengingu.

- Samstarfsaðilar sitja augliti til auglitis, með tímamæli (t.d. 5 mínútur hver).
- Hver maki deilir tilfinningum, hugsunum eða áhyggjum án truflana.

- Hlustunarfélaginn æfir ígrundaða hlustun og tekur saman það sem heyrðist.
- Valfrjálst geta samstarfsaðilar notað tilmæli eins og „Eitt sem ég kunni að meta við þig í vikunni..." eða „Eitt sem ég átti í erfiðleikum með..."

Af hverju það skiptir máli: Það styrkir samkennd og kennir fordæmalausa hlustun.

4. Sameiginleg skapandi verkefni

Að taka þátt í skapandi athöfnum saman getur dýpkað tengsl án þess að treysta á munnleg samskipti eingöngu.

- Sem dæmi má nefna garðvinnu, elda nýja uppskrift, setja saman púsl eða búa til list.
- Samstarfsaðilar velja starfsemi sem örvar jákvæða skynjunarupplifun og teymisvinnu.
- Þessi starfsemi gefur tækifæri til samvinnu, leikgleði og gagnkvæms árangurs.

Af hverju það skiptir máli: Það byggir upp jákvætt samband við sameiginlegan tíma og hjálpar samstarfsaðilum að tengjast í gegnum ómálefnaleg samskipti.

Hugmyndir um skynjunarvænar stefnumót

Það getur verið ógnvekjandi að taka upp stefnumót og hjónaband á ný eftir bilun, sérstaklega þegar skynjunarálag eða félagsleg þreyta eru áhyggjuefni. Þessi kafli leggur til **skynjunarvænar, lágþrýstingshugmyndir um stefnumót** sniðin að taugavíkjandi óskum.

- **Náttúrugöngur:** Léttar göngur í rólegum almenningsgörðum eða grasagörðum veita róandi skynjun og rými til að tala eða einfaldlega njóta nærveru hvers annars.

- **Heimabíókvöld:** Veldu uppáhalds kvikmyndir eða heimildarmyndir með samsömdum hljóðstyrk og lýsingarstillingum til að koma í veg fyrir oförvun.
- **Elda saman:** Að undirbúa máltíð í samvinnu gerir snertilegri þátttöku og teymisvinnu.
- **Söfn eða listasöfn (kyrrðarstundir):** Heimsóknir á minna fjölmennum tímum geta verið róandi og vitsmunalega örvandi.
- **Borðspil eða þrautir:** Bjóða upp á skipulagða félagslega þátttöku með skýrum reglum og markmiðum.
- **Skynrannsóknarsett:** Athafnir þar sem notaðar eru hlutir eins og ilmkerti, áferðarefni eða streituboltar bjóða upp á leikandi áþreifanlega samskipti.
- **Núvitund eða jógatímar:** Hugleiðsla með leiðsögn eða mildt makajóga getur aukið líkamsvitund og dregið úr kvíða.
- **Kaffi eða te döðlur á kaffihúsum með litla örvun:** Veldu staði með rólegu andrúmslofti til að hvetja til þægilegra samtala.

Hver dagsetningarhugmynd er sett fram með ábendingum um undirbúning, hvernig á að stjórna skynfærum og leiðum til að miðla óskum og mörkum fyrirfram.

Að búa til vikulega nánd helgisiði

Helgisiðir veita takt og áreiðanleika í sambandi, bjóða upp á augnablik þar sem tenging verður venjubundin og búist við á hughreystandi hátt. Helgisiðir hjálpa einnig til við að berjast gegn stjórnunartruflunum sem getur gert sjálfsprottinn erfitt.

Tillögur um vikulega helgisiði eru:

- **Nánari innritun:** Ákveðinn tími í hverri viku (t.d. sunnudagskvöld) fyrir stutt samtal um hvernig hverjum maka finnst um sambandið og nánd.
- **Áætlaður kúratími:** Tilgreina stöðugan tíma fyrir sameiginlega líkamlega nálægð, svo sem að kúra á meðan þú horfir á uppáhaldsþátt.
- **Þakklætismiðlun:** Hver félagi deilir einum hlut sem þeir kunna að meta um hinn í vikunni.
- **Skynjun endurstillingarritual:** Sameiginleg róandi starfsemi, eins og heitt bað eða mild nudd, til að þjappa saman.
- **Skipuleggja ástúðarsamninga næstu viku:** Farið yfir og aðlagað munnlega samninga að breyttum þörfum.
- **Sameiginleg dagbók eða íhugun:** Að skrifa eða teikna saman um tilfinningalega reynslu.
- **Hátíðarathafnir:** Merktu lítil tímamót eða árangur í sambandi til að efla jákvæðni.

Með því að fella helgisiði inn í vikuna styrkja pör tengsl og staðla nánd sem hluti af sameiginlegu lífi þeirra.

Samskiptainnritun: Halda samtalinu lifandi

Regluleg samskipti eru nauðsynleg til að viðhalda nánd og takast á við áskoranir snemma.

- **Tíðni:** Settu upp áætlun sem hentar báðum samstarfsaðilum, svo sem daglegar stuttar innritunir eða vikulegar lengri viðræður.
- **Snið:** Þetta geta verið augliti til auglitis, símtöl, textaskilaboð eða skriflegar athugasemdir, allt eftir þægindum.
- **Efni:** Innritun er lögð áhersla á tilfinningalegt ástand, ánægju í sambandi, skynþarfir og komandi áætlanir.

- **Öruggt tungumál:** Notaðu samþykktar „ég“ staðhæfingar, forðastu ásakanir og ræktaðu forvitni.
- **Áhersla á lausn vandamála:** Taktu á málum í samvinnu með áherslu á lausnir, ekki sök.
- **Tilfinningalegt öryggi:** Sammála um að innritun séu rými þar sem báðir aðilar geta tjáð sig án þess að óttast höfnun eða refsingu.

Innritun virka sem tilfinningalegur „hitamælir“ og hjálpa pörum að vera í takt við hvert annað og koma í veg fyrir að misskilningur aukist.

Að sigrast á hindrunum fyrir skipulagðri nánd

Þrátt fyrir ávinninginn geta sum pör staðist eða átt í erfiðleikum með að innleiða skipulagða nánd. Algengar hindranir eru:

- **Vanstarfsemi stjórnenda:** Erfiðleikar við að hefja eða muna eftir áætlunargerð.
- **Tilfinningaleg varnarleysi:** Ótti við höfnun eða mistök.
- **Skynjun ofhleðsla:** Líkamleg óþægindi við fyrirhugaða starfsemi.
- **Samskiptaáskoranir:** Erfiðleikar við að setja fram þarfir eða mörk.
- **Fyrri áföll:** Tilfinningaleg sár sem hindra traust.

Kaflinn býður upp á hagnýtar aðferðir til að yfirstíga þessar hindranir:

- Notaðu áminningar, vekjara eða sameiginleg dagatöl til að styðja við framkvæmdaaðgerðir.
- Byrjaðu smátt og byggðu smám saman til að auka þægindi.
- Aðlaga starfsemi til að draga úr skynjunarkveikjum.
- Notaðu skrifleg eða sjónræn samskiptatæki.

- Leitaðu aðstoðar fagaðila ef áfall er til staðar.

Faglegur stuðningur og verkfæri

Meðferðaraðilar, þjálfarar og stuðningshópar sem þekkja til taugabilunar geta leiðbeint pörum við að byggja upp og viðhalda skipulagðri nánd. Þeir geta aðstoðað við:

- Aðlaga nándaræfingar að einstökum skynsniðum.
- Að auðvelda samskiptaæfingar.
- Að miðla erfiðum samtölum.
- Að hjálpa samstarfsaðilum að setja sér raunhæf markmið.

Verkfæri eins og öpp til að fylgjast með sambandi, skapdagbækur eða skynjunarstjórnun geta bætt meðferðarvinnu og daglegri iðkun.

Dæmi um dæmi: Ferð Söru og Jamal til skipulagðrar nánd

Sarah, sem er með einhverfu, og Jamal, með ADHD, komust að því að óskipulagðar tilraunir til að tengjast aftur enduðu oft með misskilningi eða skynjunarofhleðslu. Þeir ákváðu að búa til vikulega „náðaráætlun“ sem innihélt:

- Lítil skynjunarmynd á föstudagskvöldi með samþykktri lýsingu og hljóðstyrk.
- skynjunarinnritun á sunnudagsmorgni og þakklætismiðlun.
- Snertifundur með leiðsögn í miðri viku með þyngd teppi.
- Daglegar fimm mínútna samskiptainnritun með textaskilaboðum.

Þeir fylgdust með helgisiðum sínum í sameiginlegu dagatalsforriti og settu áminningar. Á mánuðum minnkaði þessi uppbygging kvíða og jók nálægðartilfinningu. Þegar öðrum hvorum félaga fannst ofviða, gátu þeir vísað til skýrra samninga sinna og helgisiða til fullvissu og skýrleika.

Hvatningarniðurstaða: Kraftur viljandi iðkunar

Skipulögð nánd snýst ekki um vélfærafræði heldur um **að velja tengingu viljandi** á þann hátt sem virðir þarfir beggja samstarfsaðila og raflögn. Það breytir ást í athafnir – reglubundnar, áþreifanlegar athafnir sem byggja upp öryggi, traust og hlýju.

Fyrir taugavíkjandi pör er þessi ásetning sérstaklega mikilvæg. Það ber virðingu fyrir skyn- og tilfinningalegum veruleika, kemur í veg fyrir misskilning og viðheldur nánd í gegnum óumflýjanlegt lægð og flæði lífsins.

Að tileinka sér skipulagða nánd er hugrökk skuldbinding um velferð hvers annars og öflug leið frá sundrungu til tengsla.

Notkun fyrirsjáanleika til að draga úr streitu og auka tilfinningalegt öryggi

---

Inngangur: Kraftur fyrirsjáanleika í tengslaheilun

Í hinum flókna og oft ófyrirsjáanlega heimi sambönda - sérstaklega fyrir taugavíkjandi pör - gegna venjur og helgisiðir mikilvægu hlutverki við að efla tilfinningalegt öryggi, draga úr streitu og byggja upp varanlega nánd. Í þessum kafla verður kannað hvernig fyrirsjáanleg tengslamynstur geta umbreytt óvissu og kvíða í traust og öryggi. Það mun bjóða upp á alhliða skilning á hvers vegna venjur og helgisiðir eru nauðsynlegar, hvernig þær virka til að róa taugakerfið og hagnýtar leiðir til að samþætta þær inn í daglegt líf ykkar sem par.

Fyrirsjáanleiki gæti virst hversdagslegur eða jafnvel takmarkandi fyrir suma, en fyrir pör sem sigla um tilfinningalega viðkvæmni, skynnæmi og samskiptaáskoranir er það hornsteinn stöðugleika. Þegar lífið er yfirþyrmandi eða óskipulegt skapa venjur og helgisiðir áreiðanlegan ramma sem styður vöxt sambandsins og nærir tilfinningatengsl.

Að skilja tilfinningalegt öryggi: hvers vegna það skiptir máli

Tilfinningalegt öryggi er undirstaða nánd. Án þess er varnarleysi áhættusamt, samskipti hníga og traust eyðist. Tilfinningalegt öryggi þýðir að vera nógu öruggur til að tjá hugsanir og tilfinningar án þess að óttast dóma, höfnun eða stigmögnun átaka. Fyrir taugavíkjandi einstaklinga er tilfinningalegt öryggi oft nátengt skynjunarþægindi og fyrirsjáanleika.

Óvissa og ófyrirsjáanleiki geta kallað fram kvíða, skynjunarofhleðslu eða tilfinningalega lokun, sem gerir það erfitt að vera til staðar og tengdur. Þessi kafli fjallar um hvernig venjur og helgisiðir draga úr þessum áhættum með því að skapa umhverfi þar sem báðir félagar vita hvers þeir eiga að búast við og finnst þægilegt að tjá sig.

Taugavísindin um fyrirsjáanleika og streituminnkun

Heili mannsins - sérstaklega heili taugavíkkandi einstaklinga - er tengdur til að leita öryggis. Fyrirsjáanleiki gefur taugakerfinu öryggi. Þegar upplifun er í samræmi og búist við, losar heilinn færri streituhormón eins og kortisól, sem gerir parasympatíska taugakerfinu („hvíld og meltingarkerfi") kleift að virkjast. Þetta lífeðlisfræðilega ástand hvetur til slökunar, hreinskilni og félagslegrar tengingar.

Venjur og helgisiðir virka sem ytri mannvirki sem stjórna innri tilfinningaástandi. Þeir hjálpa til við að róa ósjálfráða taugakerfið með því að:

- Draga úr vitsmunalegu álagi við að taka stöðugar ákvarðanir.
- Að lágmarka ótta við hið óþekkta eða óvænta.
- Að veita skynjunarsamkvæmni og kunnugleika.
- Styrkja mynstur jákvæðrar tilfinningalegrar og líkamlegrar reynslu.

Með því að lækka streitu í grunnlínu, gera venjur og helgisiðir pörum kleift að taka þátt í fullri og sannari hætti.

Að greina á milli venja og helgisiða

Þó að þær séu oft notaðar til skiptis, þjóna venjur og helgisiðir aðskildum en fyllingarhlutverkum í samböndum.

- **Rútínur** eru hagnýtar, endurteknar aðgerðir eða röð sem oft tengjast daglegu lífi stjórnun og virkni. Sem dæmi má nefna að bursta tennur saman, undirbúa máltíðir eða eiga regluleg innritunarsamtöl. Rútínur setja skilvirkni og fyrirsjáanleika í forgang.
- **Helgisiðir** eru táknrænar aðgerðir gegnsýrðar tilfinningalegri merkingu. Þau geta falið í sér ástúðarbendingar, sameiginleg hátíðahöld eða sérstakar leiðir til að merkja tíma saman (eins og vikulegt „dagsetningarkvöld“ eða morgunþakklæti). Helgisiðir skapa tilfinningu fyrir tengingu og tilheyrandi sem fer út fyrir hversdagsleikann.

Saman veita venjur áreiðanlega umgjörðina, á meðan helgisiðir fylla þann ramma merkingu og tilfinningalega dýpt.

Hlutverk venja í tilfinningalegri stjórnun og stöðugleika

Fyrir marga einstaklinga sem eru ólíkir í taugakerfi getur það verið þreytandi og streituvaldandi að takast á við áskoranir í starfi stjórnenda – eins og að hefja verkefni, skipuleggja tíma eða aðlagast breytingum. Venjur draga úr byrði ákvarðanatöku og óvissu, losa um vitræna og tilfinningalega orku til að einbeita sér að tengingu.

Reglulegar venjur geta hjálpað:

- Gefðu heilanum til kynna að það sé óhætt að slaka á.

- Skapaðu takt við daginn sem styður tilfinningalegt jafnvægi.
- Akkeri pör í gegnum streituvaldandi tímabil eða tilfinningalega upp- og niðursveiflu.
- Byggðu upp áreiðanleika, svo samstarfsaðilum finnist þeir geta treyst hver öðrum.
- Hjálpaðu til við að forðast misskilning með því að koma á skýrum væntingum.

Til dæmis, dagleg „góðan daginn" innritun eða svefnrútína getur orðið stöðugt tilfinningalegt akkeri sem fullvissar báða maka.

Helgisiðir: Dýpka tengslin með þýðingarmiklum æfingum

Helgisiðir ganga lengra en fyrirsjáanleika; þeir þjóna til að fagna, heiðra og staðfesta sambandið. Þau eru oft skynjunarrík og tilfinningalega hljómandi, sem er sérstaklega dýrmætt fyrir taugavíkjandi pör sem geta upplifað heiminn ákafari eða öðruvísi.

Dæmi um þýðingarmikla helgisiði eru:

- Að deila ákveðinni setningu eða staðfestingu á hverjum degi.
- Haldist í hendur á meðan þú hlustar á uppáhaldstónlist.
- Kveikjum á kerti saman til að marka upphaf kyrrðarstundar.
- Að fagna litlum sigrum og tímamótum með sérstakri skál eða látbragði.
- Að búa til sameiginlegan lagalista sem táknar ferðalag hjónanna.

Helgisiðir miðla öryggi, þakklæti og samfellu. Þau verða „ástarmál" sem eru tjáð á samræmdan, endurtekinn hátt sem fullvissar báða maka um tengsl sín.

Hvernig venjur og helgisiðir draga úr streitu

Streita stafar oft af ófyrirsjáanleika, rugli eða óuppfylltum væntingum. Þegar daglegt líf er óreiðukennt eða yfirþyrmandi er heilinn áfram á varðbergi, sem gerir það erfitt að slaka á eða finna fyrir öryggi. Venjur og helgisiðir trufla þessa lotu með því að:

- Að veita uppbyggingu sem dregur úr kvíða um „hvað kemur næst".
- Býður upp á kunnugleg skynfæri sem róa taugakerfið.
- Gerir maka kleift að sjá fyrir tilfinningalega og líkamlega reynslu.
- Stuðla að samræmi í samskiptum, sem kemur í veg fyrir misskilning.
- Að skapa sameiginlega reynslu sem styrkir traust og tilheyrandi.

Þessi reglusemi hjálpar heilanum að fara úr viðbragðsstöðu, varnarstillingu yfir í rólegri, trúlofuð ástand sem stuðlar að nánd.

Hagnýt skref til að þróa árangursríkar venjur

1. **Byrjaðu smátt og byggðu smám saman:** Kynntu eina eða tvær viðráðanlegar venjur í einu. Dæmi gæti verið morgunkaffi saman eða næturþakklæti. Forðastu að yfirgnæfa sambandið með of mörgum nýjum venjum í einu.
2. **Samvinna og sérsníða:** Hannaðu venjur sem endurspegla skynvillur beggja maka, tímaáætlun og tilfinningalegar þarfir. Til dæmis, ef annar félagi er morgunmanneskja en hinn ekki, stilltu tímasetninguna til að virða báða taktana.

3. **Vertu sveigjanlegur og samúðarfullur:** Rútínum er ætlað að styðja – ekki stjórna – sambandinu. Gefðu pláss fyrir glataða daga eða aðlögun eftir þörfum án dóms eða gagnrýni.
4. **Notaðu áminningar og sjónræn hjálpartæki:** Fyrir samstarfsaðila sem eiga í erfiðleikum með framkvæmdahlutverk geta verkfæri eins og dagatöl, viðvörun eða sjónræn tímaáætlun stutt samræmi.
5. **Fagnaðu velgengni:** Viðurkenndu jákvæð áhrif venja á tilfinningalegt öryggi og nánd til að styrkja hvatningu.

Að hanna þýðingarmikla helgisiði

- **Þekkja það sem skiptir máli:** Hugleiddu augnablik sem veita gleði, huggun eða tengingu. Þetta eru fræ þýðingarmikilla helgisiða.
- **Settu inn skynfærin:** Taktu með skynjunarþætti eins og snertingu, lykt, hljóð eða sjón til að auðga upplifunina.
- **Gerðu það viljandi:** Helgisiðir eru aðgreindir frá venjum vegna þess að þeir eru gerðir af meðvitaðri merkingu og tilfinningalegum ásetningi.
- **Hafðu það einfalt:** Jafnvel stuttar helgisiðir – eins og sameiginlegt bros eða þakklætissetning – geta haft mikil áhrif.
- **Akkerisathafnir við tíma eða atburði:** Helgisiðir tengdir ákveðnum tímum (daglega, vikulega) eða tilefni (afmæli, afmæli) verða áreiðanlegir prófsteinar.

Dæmi um venjur og helgisiði fyrir pör

- **Dagleg innritunarvenja:**
  Stutt samtal á ákveðnum tíma til að deila tilfinningalegum ástandi og áætlunum.
- **Kvöldslíðunarathöfn:**
  Að deila róandi athöfn eins og djúpa öndun, hlusta á tónlist eða mjúkt nudd.
- **Vikulegur skipulagsfundur:**
  Að setja væntingar fyrir vikuna framundan varðandi samverustundir og þarfir einstaklinga.
- **Merki „öruggt rými":**
  Orð, setning eða bending sem gefur til kynna þörf fyrir tilfinningalegt hlé eða stuðning.
- **Ritual til að deila þakklæti:**
  Hver félagi deilir einhverju sem þeir kunna að meta um hinn.
- **Líkamleg tengingarútína:**
  Áætlaður tími til að knúsa, halda í hönd eða aðra æskilega snertingu.

Áhrif venja og helgisiða á taugavíkjandi pör

Vegna þess að taugadreifandi heilar upplifa oft aukið næmi fyrir áreiti, truflunum eða tilfinningalegum styrkleika, þjóna venjur og helgisiðir sem akkeri. Þeir draga úr skynjunarófyrirsjáanleika og tilfinningalegri yfirþyrmingu með því að bjóða upp á áreiðanlegan „ílát" þar sem nánd getur þróast á öruggan hátt.

Til dæmis getur helgisiði að kveikja á tilteknu ilmkerti saman fyrir svefn orðið skynjunarmerki sem hjálpar til við að róa og tengja báða maka. Venjur í kringum matartíma eða svefn geta skapað sameiginlegan takt sem eykur öryggistilfinningu.

Taugavíkjandi samstarfsaðilar kunna oft að meta skýrleikann og skýrleikann sem venjur veita, sem hjálpa til við að komast framhjá misskilningi sem annars gæti leitt til átaka eða tilfinningalegrar fjarlægðar.

Siglingaráskoranir: Þegar venjur og helgisiðir finnast takmarkandi

Sumir félagar geta staðist venjur eða helgisiði vegna þess að þeir tengja fyrirsjáanleika við leiðindi eða tap á sjálfsprottnum. Aðrir gætu fundið fyrir þrýstingi eða byrðar vegna væntinga.

Til að bregðast við þessum áhyggjum:

- **Leggðu áherslu á val:**
  Rammaðu inn venjur og helgisiði sem sjálfviljug verkfæri til að styðja við tengingu, ekki stífar reglur.
- **Forgangsraða fjölbreytni innan byggingar:**
  Fáðu tækifæri til sjálfkrafa athafna samhliða venjum.
- **Skoðaðu reglulega og lagaðu:**
  Skoðaðu hvernig venjur virka og stilltu eftir þörfum.
- **Jafnvægi fyrirsjáanleika með nýjung:**
  Helgisiðir geta þróast til að innihalda nýja þætti sem halda tengingu ferskum.

Að samþætta venjur og helgisiði í verkfærakistuna þína fyrir sambönd

Venjur og helgisiðir eru öflug verkfæri í ferðalaginu frá brotnu yfir í bundið. Þeir hjálpa samstarfsaðilum:

- Þróaðu traust með stöðugum jákvæðum samskiptum.
- Auka tilfinningalega stjórnun með því að lækka grunnstreitu.

- Efla tilfinningu um að tilheyra og samstarfi.
- Gefðu áreiðanlega snertipunkta fyrir nánd.
- Byggja upp seiglu gegn utanaðkomandi streituvaldi og lífsbreytingum.

Sem hluti af heildrænni nálgun til að endurbyggja nánd, bæta venjur og helgisiðir samskiptaaðferðir, tilfinningalega meðvitund og gagnkvæman stuðning.

Hvatningarlokun: Búðu til þína eigin fyrirsjáanlega leið til öryggis og tengingar

Ferðin til að endurreisa nánd eftir bilanir eða áskoranir er sjaldan línuleg. Það krefst þolinmæði, ásetnings og gagnkvæmrar umönnunar. Venjur og helgisiðir bjóða upp á áþreifanlega leið að tilfinningalegu öryggi með því að breyta ófyrirsjáanleika í stöðugleika.

Með því að flétta fyrirsjáanleika viljandi inn í sameiginlegt líf þitt, skapar þú athvarf þar sem báðir félagar geta slakað á, verið þeir sjálfir og dafnað saman. Þetta skipulagða öryggisnet stuðlar að dýpri tengingu, sem gerir ástinni kleift að blómstra jafnvel innan um margbreytileika taugabilunar.

Faðmaðu venjur og helgisiði ekki sem hömlur heldur sem styrkjandi ramma sem heiðra einstaka samband þitt, draga úr streitu og ryðja brautina fyrir sterk, seigur tengsl.

Aðlagaðar núvitund og líkamsræktaræfingar fyrir taugavíkjandi nánd

---

Inngangur: Að rækta nærveru í tengslum

Í heimi fullum af truflunum, hröðum breytingum og tilfinningalegum margbreytileika er að rækta núvitund innan sambands meira en lúxus - það er nauðsyn. Fyrir taugadreifandi pör sem sigla í einstökum áskorunum í kringum samskipti, skynnæmi og tilfinningalega stjórnun, þá býður iðkun meðvitundartengingar upp á leið í átt að dýpri nánd, trausti og gagnkvæmum skilningi.

Núvitund snýst í grundvallaratriðum um nærveru: hæfileikann til að vera fullkomlega gaum að líðandi stundu án þess að dæma. Þegar það er æft viljandi innan pars, eykur núvitund ekki aðeins meðvitund um eigið innra ástand heldur einnig um reynslu maka. Það býður upp á sameiginlega ró sem getur dregið úr misskilningi, leyst upp viðbragðsmynstur og ýtt undir samkennd.

Í þessum kafla verður kannað hvernig núvitund og líkamsvitund – meðvitund um líkamsskyn og merki – er hægt að aðlaga sérstaklega til að mæta þörfum taugavíkjandi einstaklinga og para. Það mun bjóða upp á hagnýtar æfingar með áherslu á öndun, jarðtengingu og líkamsvitund sem hjálpa maka að stilla sig inn á sjálfan sig og hvert annað af góðvild og forvitni. Að lokum styðja þessar aðferðir við að endurbyggja nánd með því að skapa öruggt, til staðar og samúðarríkt rými fyrir tengsl.

Vísindi og sálfræði um núvitund í samböndum

Rannsóknir síðustu áratuga hafa sýnt að núvitund er öflugt tæki til að bæta geðheilsu, tilfinningalega stjórnun og ánægju í sambandi. Meðvitaðir samstarfsaðilar hafa tilhneigingu til að hafa áhrif á samskipti á skilvirkari hátt, leysa átök á uppbyggilegri hátt og sýna meiri samúð hver við annan.

Núvitund hefur áhrif á heilann með því að styrkja svæði sem taka þátt í athygli, tilfinningalegri stjórnun og samkennd. Það dregur úr virkni amygdala - hræðslumiðstöð heilans - sem leiðir til minni streituviðbragða og aukinnar öryggistilfinningar. Fyrir taugavíkjandi heila, sem geta fundið fyrir aukinni hvarfvirkni eða skynjunarofhleðslu, veitir núvitund leið til að stilla varlega niður og miðjast aftur.

Í samböndum stuðlar það að samstillingu að iðka núvitund - hæfileikann til að skynja nákvæmlega og bregðast við tilfinningalegum vísbendingum maka. Þessi aðlögun byggir upp traust og tilfinningu fyrir því að vera djúpt þekktur og studdur, sem er nauðsynlegt fyrir nánd.

Hvers vegna núvitund og líkamsrækt skipta máli fyrir taugaafvikandi pör

Taugavíkjandi einstaklingar geta upplifað heiminn með auknu skynfæri, sterkum tilfinningaviðbrögðum eða erfiðleikum við að vinna úr félagslegum vísbendingum. Þessi munur getur stundum leitt til misskilnings, yfirþyrmandi og tilfinningalegs sambandsleysis innan hjóna.

Hefðbundnar núvitundaraðferðir byggja oft að miklu leyti á vitrænni fókus, sem er kannski ekki alltaf aðgengilegur eða þægilegur fyrir alla, sérstaklega taugavíkjandi einstaklinga sem gætu fundið fyrir auknum andlegum fókus skatta eða koma af stað. Þessi kafli leggur áherslu á **aðlöguð núvitund og líkamsrækt** sem setja líkamsvitund, skynjunartengingu og milda öndunartækni í forgang sem hlið að nærveru og tengingu.

Sómatískar aðferðir viðurkenna að tilfinningar og streita eru upplifað sem skynjun í líkamanum. Með því að læra að stilla þessi merki og bregðast við með samúð, geta félagar rofið viðbragðslotu og ræktað ró, nærveru og öryggi.

Hvað er líkamsvitund?

Sómatísk meðvitund er sú æfing að fylgjast vel með líkamlegum tilfinningum, líkamsstöðu, vöðvaspennu, öndun og öðrum líkamsmerkjum. Það byggir á þeim skilningi að hugur og líkami eru samtengd og að tilfinningaástand endurspeglast eða haldið í líkamanum.

Fyrir taugavíkjandi pör er líkamsvitund sérstaklega gagnleg vegna þess að:

- Það veitir áþreifanlega, tafarlausa tilfinningu til að einblína á, frekar en óhlutbundnar hugsanir.
- Það hjálpar til við að bera kennsl á fyrstu merki um streitu eða yfirþyrmingu áður en þau stigmagnast.
- Það hvetur til jarðtengingar í augnablikinu, dregur úr sundrun eða lokun.
- Það styður tilfinningalega stjórnun með því að beina athyglinni að hlutlausum eða róandi líkamlegum upplifunum.

Í samhengi við nánd, gerir líkamsvitund maka kleift að skynja fíngerðar breytingar á þægindum og öryggi þeirra sjálfra og hvers annars, sem auðveldar stilltari og næmari viðbrögð.

Öndun saman: Grunnurinn að hugasamri tengingu

Andardrátturinn er aðgengilegasta og nærtækasta tækið sem við höfum til að róa taugakerfið og festa okkur í augnablikinu. Að anda djúpt og með athygli virkjar parasympatíska taugakerfið, dregur úr kvíða og opnar dyrnar að slökun og tengingu.

Þessi kafli kynnir aðlagaðar öndunaræfingar sem eru sérsniðnar að taugavíkjandi næmi, með áherslu á einfaldleika og vellíðan frekar en stífa uppbyggingu. Helstu meginreglur eru:

- Andaðu á eðlilegum, þægilegum hraða án þess að þvinga eða stjórna.
- Notkun öndunarvitundar til að taka eftir líkamsskynjun án þess að dæma.
- Samstilla öndun við maka til að rækta tilfinningu um einingu og aðlögun.
- Notaðu öndun sem tæki til að losna varlega úr streitu eða yfirbuga.

Æfingar eins og **samfelld öndun** (hægur, taktfastur andardráttur) eða **öndun í nösum til skiptis** er hægt að einfalda og aðlaga út frá óskum og þörfum hvers og eins.

Jarðtengingaraðferðir: Koma á öryggi í líkama og rými

Jarðtenging vísar til tækni sem hjálpar til við að festa athygli og orku í augnablikinu og í líkamanum. Það er bráðnauðsynlegt þegar annar hvor félaginn finnur fyrir ofviða, kvíða eða ótengdan.

Jarðtenging er sérstaklega mikilvæg fyrir taugavíkjandi pör sem geta fundið fyrir skynjunarofhleðslu eða tilfinningaflóði. Það hjálpar með því að:

- Að beina dreifðum hugsunum eða kapphlaupum.
- Veitir tilfinningu fyrir stöðugleika og stjórn.
- Auka skynjunarstjórnun með því að einbeita sér að áþreifanlegu eða proprioceptive input.
- Að skapa sameiginlega upplifun af öryggi og ró.

Dæmi um jarðtengingaræfingar eru:

- Finna fæturna þétt á gólfinu.
- Taka eftir áferð og þyngd hlutar (svo sem mjúkum klút eða sléttum steini).
- Notaðu mildar hreyfingar eins og að rugga eða sveifla.
- Að leggja hendur á hvort annað á hughreystandi hátt (með samþykki).

Þegar það er æft saman verður jarðtenging að gagnkvæmu stuðningskerfi sem styrkir tengsl og traust.

Líkamsvitund sem hlið að tilfinningalegri nærveru

Tilfinningar eru ekki bara hugsanir eða tilfinningar; þær koma fram líkamlega - í vöðvum sem spennast, flögur í maga eða þyngsli í brjósti. Þróun líkamsvitundar gerir samstarfsaðilum kleift að þekkja þessi merki snemma og koma á framfæri þörfum áður en yfirþyrmandi byggir.

Þessi kafli leiðir pör í gegnum líkamsinnritun og líkamsskönnunaræfingar til að:

- Auka næmi fyrir innri skynjun.

- Byggja upp orðaforða til að lýsa líkamlegri upplifun sem tengist tilfinningum.
- Búðu til pláss fyrir orðlaus samskipti um streitu eða þægindi.
- Hlúðu að sjálfssamkennd og samkennd með maka með því að taka eftir.

Með meiri líkamsvitund geta pör samstillt sig með því að stilla nálægð, snertingu eða samskiptastíl til að bregðast við merkjum hvers annars og koma þannig í veg fyrir stigmögnun og dýpka tilfinningalegt öryggi.

Hagnýtar æfingar fyrir The Mindful Connection

1. Öndunarvitund í samstarfi

- Sittu þægilega frammi fyrir hvort öðru.
- Lokaðu augunum eða hafðu mjúku augnaráði.
- Byrjaðu á því að taka eftir eigin náttúrulegum andardrætti án þess að breyta honum.
- Færðu hægt og rólega vitund um andardrátt maka þíns, skynja takt hans og dýpt.
- Þegar þér líður vel skaltu reyna að samstilla öndun þína - andaðu inn saman, andaðu út saman - á hraða sem finnst eðlilegt.
- Taktu eftir hvernig þessi sameiginlega öndun hefur áhrif á tengingu þína, slökun og tilfinningalegt ástand.

2. Jarðtenging með snertingu

- Sitja eða standa hlið við hlið eða andspænis hvort öðru.
- Leggðu aðra hönd varlega á handlegg, öxl eða bak maka þíns.
- Einbeittu þér að tilfinningunum undir hendinni: hlýju, áferð, hreyfingu.
- Andaðu rólega og leyfðu snertingunni að vera stöðugur viðverustaður.

- Skiptu um hlutverk eða snertistað eins og þú vilt.
- Notaðu þessa æfingu þegar annar hvor maki finnst tvístraður eða ótengdur til að koma aftur á ró.

3. **Somatic Innritun**
   - Skiptist á að skanna líkamann hljóðlaust frá toppi til táar.
   - Taktu eftir öllum sviðum spennu, óþæginda eða vellíðan.
   - Deildu athugunum munnlega eða með einföldum bendingum (eins og að kinka kolli).
   - Bjóddu maka þínum að spegla eða staðfesta þessar tilfinningar.
   - Notaðu þessa æfingu fyrir eða eftir krefjandi samtöl eða í upphafi innilegra augnablika.
4. **Hreyfing og sveiflur**
   - Stattu eða sestu með maka þínum, haltu í hendur eða tengdu handleggina.
   - Byrjaðu varlega að rugga eða sveiflast í takt við andardráttinn.
   - Einbeittu þér að jafnvægistilfinningu, þyngdarbreytingum og sameiginlegum takti.
   - Taktu eftir því hvernig hreyfing hjálpar til við að losa um spennu og stuðla að tengingu.

Aðlögun núvitundar að taugaafvikum skynþörfum

Núvitund er ekki einhlítt, sérstaklega fyrir taugavíkjandi einstaklinga sem geta verið ofnæmir eða ofnæmir fyrir ákveðnum skynjunarátökum. Í kaflanum er fjallað um hvernig á að sérsníða núvitund og líkamsræktaræfingar með því að:

- Aðlaga lýsingu, hljóð og áferð til að skapa þægilegt umhverfi.

- Leyfir sveigjanleika í líkamsstöðu og hreyfingum til að mæta líkamlegu þægindum.
- Notaðu skynfæri eins og þyngdar teppi, töfrahluti eða ilmmeðferð ef það er gagnlegt.
- Að virða einstök mörk í kringum augnsamband, snertingu og nálægð.
- Hvetja stuttar, endurteknar æfingar frekar en langar lotur til að forðast ofgnótt.

Þessi persónulega nálgun tryggir að núvitund verði styrkjandi tæki frekar en uppspretta streitu.

Hlutverk samúðar og dómgreindarleysis í meðvitundarsambandi

Núvitund á sér djúpar rætur í samúð – góðviljaðri, þolinmóðri og fordæmalausri vitund um sjálfan sig og aðra. Fyrir pör sem læknast af bilun eða misskilningi er að rækta meðaumkun lykillinn að því að endurheimta öryggi og nánd.

Þessi kafli dregur fram hvernig skynsamlegar aðferðir styðja við:

- Að sleppa sök og gagnrýni.
- Að taka á móti erfiðum tilfinningum með forvitni frekar en forðast.
- Að faðma ófullkomleika í sjálfum sér og maka sínum.
- Að byggja upp sameiginlega skuldbindingu um nærveru, virðingu og góðvild.

Samkennd núvitund umbreytir erfiðum samskiptum í tækifæri til vaxtar og dýpri skilnings.

Að sigrast á algengum áskorunum í meðvituðum æfingum

Mörg pör lenda í hindrunum þegar þeir hefja núvitund, svo sem:

- Einbeitingarerfiðleikar eða eirðarleysi.
- Finnst sjálfsmeðvitund eða óþægileg að gera æfingar saman.
- Viðnám frá einum maka sem finnst núvitund ókunnug eða óhjálpleg.
- Tilfinningaleg óþægindi koma upp á yfirborðið á æfingum.

Kaflinn býður upp á aðferðir til að yfirstíga þessar hindranir með því að:

- Að staðla áskoranir sem hluti af námsferlinu.
- Að hvetja til blíðrar forvitni í stað þrýstings eða frammistöðu.
- Notaðu húmor og glettni til að draga úr spennu.
- Að kanna mismunandi aðferðir og aðlaga æfingar eftir þörfum.
- Að setja sér raunhæfar væntingar og fagna litlum framförum.

Langtímaávinningur af meðvitandi tengingu

Stöðug núvitund og líkamsrækt innan hjónasambands skila djúpstæðum langtímaávinningi:

- Aukin tilfinningastjórnun og seiglu.
- Meiri gagnkvæman skilning og samkennd.
- Bætt samskipti og úrlausn átaka.
- Aukin tilfinning um öryggi og traust.
- Dýpri, fullnægjandi nánd.
- Minnka streitu og kvíða í sambandi.

Fyrir taugadreifandi pör stuðla þessir kostir að stöðugra, ástríkara og ánægjulegra samstarfi sem heiðrar einstaklingsmun á sama tíma og hlúir að tengingu.

Hvatningarlokun: Að faðma meðvitaða tengingu sem leið til nánd

Að byggja upp nánd eftir bilanir eða tilfinningalegar áskoranir krefst hugrekkis, þolinmæði og ásetnings. Hugsandi tenging býður upp á milda en kraftmikla leið fram á við. Það býður pörum að hægja á sér, taka betur eftir sjálfum sér og hvort öðru og skapa öruggt rými þar sem varnarleysi er fagnað og virt.

Með því að samþætta aðlagaða núvitund og líkamsræktaræfingar inn í sambandið þitt, leggur þú af stað í ferðalag lækninga, nærveru og djúpstæðrar tengingar. Þessi vinnubrögð snúast ekki um fullkomnun eða að ná ákveðnu ástandi; þau snúast um að mæta á sanngjörn hátt - augnablik fyrir augnablik - og velja tengingu jafnvel þótt það sé erfitt.

Faðmaðu meðvitaða tenginguna sem grunn til að endurbyggja ást, traust og tilfinningalegt öryggi. Í núvitundinni felst mesti möguleikinn á seiglu, gleðiríku og djúpt tengdu samstarfi.

Hvernig á að finna (eða þjálfa) parameðferðaraðila sem staðfestir taugaveiklun og hvernig meðferð lítur út fyrir sambönd með mismunandi snúru

---

Inngangur: Mikilvægi taugaafvikandi meðferðar

Fyrir pör sem vafra um hið flókna landslag taugabilunar - hvort sem er einhverfa, ADHD eða annar vitsmunalegur og skynrænn munur - getur meðferð verið öflugt tæki til að lækna, vaxa og dýpka nánd. Samt standa mörg taugavíkjandi pör frammi fyrir einstakri áskorun: hefðbundin parameðferð skortir oft skilning eða aðlögun á taugavíkjandi reynslu. Án þessa getur meðferð óvart styrkt misskilning, gremju eða tilfinningar um vanhæfi.

Þessi kafli miðar að því að styrkja pör til að leita eftir og taka þátt í meðferð sem raunverulega „fá það" – meðferð sem staðfestir taugavíkjandi sjálfsmynd, virðir samskipti og skynjunarþarfir og býður upp á sérsniðnar aðferðir til að endurbyggja tengsl. Það mun draga úr leyndardómi hvernig taugadreifandi staðfesta parameðferð lítur út, hvernig á að finna eða jafnvel búa til slíka meðferð og hvaða árangri pör geta búist við. Með því að miðla þessari þekkingu ýtir kaflinn undir von og hagnýta leiðbeiningar fyrir pör sem eru skuldbundin til að rækta varanlega nánd með upplýstum meðferðarstuðningi.

Hvers vegna hefðbundin parameðferð missir oft marks fyrir taugavíkjandi pör

Mörg pör fara í meðferð í von um hlutlaust rými til að leysa átök, bæta samskipti og endurheimta tilfinningatengsl. Þó hefðbundin parameðferðarrammi – eins og tilfinningabundin meðferð (EFT), hugræn atferlismeðferð (CBT) eða Gottman-aðferðin – bjóði upp á dýrmæt verkfæri, gera þeir oft ráð fyrir taugatýpískum viðmiðum um samskipti, tilfinningatjáningu og skynstjórn.

Fyrir taugavíkjandi einstaklinga og pör skapar þetta sambandsleysi:

- **Samskiptastíll er mismunandi:** Taugavíkjandi makar geta tjáð tilfinningar á annan hátt, notað önnur munnleg eða óorðin vísbendingar, eða krafist skýrari samskipta, sem hefðbundin meðferð gæti litið framhjá eða rangtúlkað.
- **Skynjunar- og stjórnunarmunur:** Meðferðarstillingar eða aðferðir sem fela í sér mikla augnsnertingu, opna tilfinningarannsókn eða langar munnlegar lotur geta valdið skynjunarofhleðslu eða vitsmunalegri þreytu.
- **Meinafræðilegur taugasjúkdómur:** Sumir meðferðaraðilar gætu óviljandi sett fram taugadreifingu sem „vandamál til að laga“ frekar en náttúrulega breytingu á raflögnum, sem leiðir til fordóma eða ógildingar.
- **Misskilin tilfinningaleg svör:** Eiginleikar eins og alexithymia (erfiðleikar við að bera kennsl á tilfinningar), höfnunarnæmi eða truflun á framkvæmdastjórn geta verið misskilin sem tengslavilji eða forðast.

Þessar eyður geta valdið því að pör sem eru misskilin í taugakerfi upplifi sig óséð, misskilin eða jafnvel skaðast vegna meðferðarupplifunar sem er ekki aðlöguð að einstökum raflögnum þeirra.

Hvað þýðir taugaafvikandi parameðferð?

Meðferð sem staðfestir taugaveiklun virðir og tekur á móti taugafræðilegum mun sem óaðskiljanlegur hluti af sjálfsmynd og sambandi einstaklings. Það leggur áherslu á að skapa öryggi, staðfesta reynslu og aðlaga aðferðir til að styðja við tengingu frekar en samræmi.

Helstu eiginleikar eru:

- **Staðfesting á taugaveiklun:** Sjúkraþjálfarar viðurkenna beinlínis taugadreifingu sem gilda og dýrmæta leið til að vera, forðast meinafræðilegt tungumál eða forsendur.
- **Sérsniðnar samskiptaaðferðir:** Meðferð felur í sér og heiðrar æskilega samskiptamáta samstarfsaðila, þar á meðal skriflegar athugasemdir, sjónræn hjálpartæki eða aðra munnlega stíl.
- **Skyn- og umhverfisaðlögun:** Fundir eru hannaðar með skynnæmni í huga - þægileg lýsing, hljóðstýring, hlé og sveigjanlegan lotuhraða.
- **Einbeittu þér að styrkleikum og áskorunum:** Í stað þess að taka aðeins á vandamálum, dregur meðferð fram taugadreifandi styrkleika eins og sköpunargáfu, einbeitingu að smáatriðum eða einstökum sjónarhornum, en siglir á kunnáttusamlegan hátt við áskoranir.
- **Samstarfsmarkmiðasetning:** Samstarfsaðilar búa til meðferðarmarkmið sem endurspegla gildi þeirra, óskir og forgangsröðun í sambandi.
- **Menntun og sálfræðimenntun:** Pör læra um taugavíkjandi eiginleika og hvernig þeir hafa áhrif á nánd, samskipti og tilfinningalega úrvinnslu.

- **Áhersla á tilfinningalegt öryggi:** Meðferðaraðilar setja í forgang að byggja upp traust og öryggi með fyrirsjáanlegri uppbyggingu, skýrum væntingum og virðingarfullum mörkum.

Ávinningurinn af taugavíkjandi meðferð fyrir pör

Pör sem taka þátt í staðfestandi meðferð segja oft frá miklum ávinningi sem er lengra en hefðbundin meðferðarútkoma:

- **Aukinn gagnkvæmur skilningur:** Samstarfsaðilar öðlast skýrari innsýn í taugavíkjandi reynslu hvers annars og tilfinningalegar þarfir, sem dregur úr sök og rugli.
- **Bætt samskipti:** Pör læra aðlagandi samskiptatækni sem passar einstaka raflögn þeirra, sem leiðir til færri misskilnings og ekta samnýtingar.
- **Aukin tilfinningaleg reglugerð:** Meðferðarráðgjöf styður samstarfsaðila við að greina kveikjur og stjórna tilfinningalegum viðbrögðum.
- **Meiri sambandsánægja:** Staðfesting og samþykki eykur tilfinningu um öryggi og tilheyrandi, dýpkar nánd.
- **Valdefling og sjálfsábyrgð:** Samstarfsaðilar þróa verkfæri til að tala fyrir þörfum þeirra bæði innan og utan sambandsins.
- **Minni skömm og stigma:** Meðferð hjálpar til við að afbyggja innbyrðis fordóma um taugabilun og sambandserfiðleika.
- **Sjálfbær lausn átaka:** Pör byggja upp færni til að sigla í framtíðarátökum með samúð og virðingu.

Hvernig á að finna taugavíkjandi parameðferðaraðila

Það getur verið yfirþyrmandi að finna rétta meðferðaraðilann, sérstaklega í ljósi þess að skortur er á fagfólki sem auglýsir beinlínis taugavíkjandi parameðferð. Eftirfarandi skref bjóða upp á hagnýtan vegvísi:

1. **Leitaðu að sérhæfingu og skilríkjum**
   Leitaðu að meðferðaraðilum sem sérhæfa sig í taugabilun, einhverfurófsröskunum, ADHD eða skynjunarmun. Þessi skilríki geta falið í sér vottorð, framhaldsþjálfun eða reynslu af því að vinna með taugavíkjandi skjólstæðingum og pörum.
2. **Spyrðu um taugaafvikandi starfshætti**
   Þegar þú hefur samband við meðferðaraðila skaltu spyrjast fyrir um nálgun þeirra á taugadreifingu. Spyrðu hvernig þau mæta skynnæmi, mismun í samskiptum og áskorunum í stjórnunarstarfi í parameðferð.
3. **Biðja um ráðgjöf í formeðferð**
   Margir meðferðaraðilar bjóða upp á stutt samráð til að ákvarða passa. Notaðu þetta tækifæri til að meta skilning þeirra og þægindi með taugasjúkdóma og til að ræða sérstakar þarfir eða gistingu.
4. **Skoðaðu möppur og samfélög á netinu**
   Notaðu taugadreifandi hagsmunagæslusamtök, stuðningshópa og netsamfélög sem halda utan um möppur eða ráðleggingar fyrir staðfesta meðferðaraðila.

5. **Íhugaðu fjarmeðferð**
   Meðferð á netinu getur veitt aðgang að sérfræðingum sem ekki eru í boði á staðnum og gerir ráð fyrir þægilegu umhverfi (t.d. heimili) sem getur dregið úr skynjunar- eða félagslegum streitu.
6. **Metið meðferðarumhverfið**
   Íhugaðu hagnýta þætti eins og líkamlega skrifstofustillingu, sveigjanleika lotulengdar og samskiptastíl meðferðaraðila.

Þegar hentugur meðferðaraðili er ekki til staðar: Vertu þinn eigin talsmaður og þjálfari

Á sumum svæðum geta staðfestir meðferðaraðilar verið af skornum skammti eða ekki til. Í þessum aðstæðum geta pör tekið fyrirbyggjandi skref:

- **Fræddu meðferðaraðilann þinn:** Gefðu núverandi meðferðaraðila þínum úrræði, greinar eða bækur um taugadreifingu og tengslavirkni til að hjálpa til við að byggja upp hæfni þeirra.
- **Settu skýr mörk og væntingar:** Segðu opinskátt um það sem þú þarft í meðferð, þar á meðal gistingu, hraða og tungumálastillingar.
- **Notaðu markþjálfun eða jafningjastuðning:** Viðbótarmeðferð með taugavíkjandi þjálfun, jafningjastýrðum hópum eða leiðbeinandasamböndum með áherslu á sambönd og tilfinningalega heilsu.
- **Kannaðu sjálfstýrð lækningaverkfæri:** Æfðu leiðbeiningar, dagbókar- og samskiptaaðferðir utan meðferðar til að byggja upp færni.

- **Talsmaður fyrir þjálfun meðferðaraðila:** Hvetja meðferðaraðila í þínu samfélagi til að stunda þjálfun í taugavíkjandi aðferðum, hugsanlega tengja þá við sérhæfðar vinnustofur eða vottunaráætlanir.

Hvernig meðferð lítur út fyrir sambönd með mismunandi snúru

Meðferð fyrir taugavíkjandi pör lítur út og líður oft öðruvísi en hefðbundin módel. Hér er við hverju má búast:

- **Sveigjanleg fundauppbygging:** Fundir geta verið styttri, skipt í hluta eða innihaldið hlé til að mæta athygli og skynjunarþörfum.
- **Notkun margra samskiptarása:** Sjúkraþjálfarar geta boðið skriflegum hugleiðingum, sjónrænni kortlagningu eða óorðum vísbendingum til að bæta við talaðar samræður.
- **Skynvænt umhverfi:** Mjúk lýsing, lágmarks truflun og þægileg sætaskipan eru sett í forgang.
- **Hröð tilfinningakönnun:** Meðferðaraðilar hraða tilfinningalegu starfi varlega, viðurkenna alexitymiu eða yfirþyrmingu, leyfa maka að vinna á eigin hraða.
- **Samvinnuvandalausn:** Meðferð leggur áherslu á hagnýtar, sérsniðnar aðferðir fyrir hversdagslegar áskoranir frekar en óhlutbundnar kenningar.
- **Innleiðing sálfræðimenntunar:** Fundir innihalda oft fræðslu um taugadreifingu og tengslavirkni til að efla innsýn.
- **Innifalið sjálfsstjórnunarverkfæri:** Sjúkraþjálfarar leiðbeina pörum við að æfa núvitund, jarðtengingu eða stuðning við framkvæmdahlutverk á meðan á fundum stendur.

- **Venjulegur munur:** Meðferðaraðilinn býr til rými sem ekki er fordæmt þar sem munur er eðlilegur og metinn frekar en „leiðréttur".

Dæmi í raunveruleikanum: Hvernig meðferð styður taugavíkjandi pör

Lítum á söguna af Rachel og Sam, pari þar sem samband þeirra var þvingað vegna misskilnings um tilfinningatjáningu og skynþarfir. Hefðbundin meðferð fannst ógild þar til þau fundu taugavíkjandi meðferðaraðila sem hjálpaði þeim að skilja raflögn hvers annars og kynnti áþreifanleg samskiptatæki aðlöguð að þörfum þeirra. Með tímanum hjálpaði meðferð Rachel að vera öruggari með að deila skynjunarofbeldi sínu á meðan Sam lærði að þekkja og heiðra merki hennar. Nánd þeirra óx með þessum endurnýjaða skilningi.

Að sama skapi fannst David og Maríu, sem voru að sigla um ADHD og einhverfu, meðferð dýrmæt til að brjóta ásakanir og rækta samkennd. Meðferðaraðili þeirra kynnti sjónræn tímaáætlanir og samskiptasamninga sem gerðu væntingar skýrar og minnkuðu átök.

Hvernig á að hámarka meðferðarávinning sem taugavíkjandi par

Meðferð er samstarf og pör geta tekið virkan skref til að hámarka árangur hennar:

- **Undirbúa fyrir fundi:** Hugleiddu hvert fyrir sig og saman um efni eða áskoranir til að ræða.
- **Æfðu færni milli lota:** Notaðu samskiptatæki, sjálfstjórnartækni eða núvitundaræfingar sem kynntar eru í meðferð.

- **Vertu þolinmóður við ferlið:** Lækning og vöxtur tekur tíma, sérstaklega þegar sambönd eru endurtengd.
- **Halda opnum samskiptum við meðferðaraðila:** Deildu athugasemdum um hvað er gagnlegt eða erfitt.
- **Fagnaðu framförum:** Viðurkenndu litla sigra og augnablik tengingar.
- **Notaðu viðbótarauðlindir:** Bækur, vinnustofur eða stuðningshópar geta verið viðbót við meðferð.

Að takast á við algengar áhyggjur af meðferð

Mörg taugavíkjandi pör hika við að fara í meðferð vegna áhyggjuefna eins og:

- Ótti við að dæma eða gera meinafræði.
- Áhyggjur af því að meðferð muni einbeita sér að því að „laga" einn maka.
- Áhyggjur af varnarleysi eða tilfinningalegri yfirþyrmingu.
- Efasemdir um hæfni meðferðaraðila með taugabilun.

Þessi kafli hvetur pör til að nálgast meðferð af forvitni, tala fyrir þörfum þeirra og leita til meðferðaraðila sem eru staðráðnir í að staðfesta og styrkja samband þeirra. Meðferð snýst ekki um að kenna heldur um að byggja upp skilning, virðingu og nánd á þann hátt sem heiðrar ekta sjálf beggja aðila.

Ályktun: Meðferð sem hornsteinn til að rækta varanlega nánd

Pörameðferð sem staðfestir taugaveiklun býður upp á meira en lausn ágreinings – það er umbreytandi ferli sem byggir upp öryggi, skilning og tengsl. Með því að finna eða rækta meðferð sem „nær“ opna pör dyr til að lækna tilfinningasár, þróa aðlögunarhæf samskipti og rækta nánd á eigin forsendum.

Fjárfesting í meðferð er von og skuldbinding við sambandið. Það gefur til kynna vilja til að vaxa saman, taka á móti ágreiningi og skapa samstarf sem er seigur, samúðarfullur og djúpt tengdur.

Þegar þú íhugar meðferð á ferð þinni, mundu: rétta stuðningurinn er til og með þekkingu og málsvörn geturðu fengið aðgang að umönnun sem heiðrar og fagnar þinni einstöku ástarsögu.

Að læra eitruð fjölmiðlaskilaboð um „venjulega“ ást og hugsjóna rómantík – byggja upp nánd á þínum eigin forsendum

---

Inngangur: Ósamræmið á milli rómantíkar og veruleika

Rómantík mettar menningu okkar, allt frá kvikmyndum og skáldsögum til samfélagsmiðla og auglýsinga. Þessar frásagnir móta væntingar okkar um ást og nánd og draga oft upp aðlaðandi en óraunhæfa mynd af því hvernig sambönd „ættu“ að líta út. Fyrir taugaskiptingar pör geta þessar hugsjónir verið sérstaklega firrandi, skapað þrýsting til að samræmast viðmiðum sem eru ekki í samræmi við einstaka leiðir þeirra til að tengjast, eiga samskipti og elska.

Þessi kafli býður lesendum að skoða á gagnrýninn hátt skilaboðin sem eru frásogast um rómantík og „venjulega“ ást og leggja áherslu á hvernig þau geta valdið óraunhæfum væntingum, vonbrigðum og tilfinningum um ófullnægjandi. Það hvetur pör til að aflæra meðvitað þessar eitruðu frásagnir og skipta þeim út fyrir blæbrigðaríkari, samúðarfyllri og einstaklingsmiðaðari skilning á nánd. Með því geta samstarfsaðilar losað sig við utanaðkomandi þrýsting og skapað samband sem endurspeglar raunverulegar þarfir þeirra, gildi og taugavíkjandi raflögn.

Kraftur fjölmiðla í að móta rómantískar væntingar

Rómantískir fjölmiðlar eru alls staðar nálægir og öflugir. Kvikmyndir, sjónvarp, bækur og jafnvel tónlist sýna ástina oft sem fullkomna, áreynslulausa og allsherjarupplifun. Algeng þemu eru:

- **Stórar bendingar:** Stórkostlegar óvæntar uppákomur, dramatískar yfirlýsingar og siðlausar stundir eru sýndar sem merki um sanna ást.
- **Stöðug ástríða:** Rómantísk styrkleiki er sýndur sem stöðugur og yfirgnæfandi jákvæður.
- **Telepathic skilningur:** Samstarfsaðilum er oft lýst þannig að þeir þekki tilfinningar og þarfir hvers annars án skýrra samskipta.
- **Hugsjón líkamleg ástúð:** Birting ástúðar er tíð, augljós og mjög stílfærð.
- **Happy Ever After:** Átök leysast fljótt og ástin er sýnd sem að sigrast á öllum hindrunum áreynslulaust.

Þó að þessar frásagnir geti verið upplífgandi eða flóttalegar, endurspegla þær oft ekki flókinn, blæbrigðaríkan veruleika hversdagslegra samskipta – sérstaklega þær sem taka þátt í taugavíkjandi einstaklingum með fjölbreytta tilfinninga- og skynupplifun.

Hvernig eitraðar rómantískar goðsagnir hafa áhrif á taugavíkjandi pör

Hjá taugadreifandi pörum getur bilið á milli rómantískra hugsjóna og lífsreynslu valdið einstökum áskorunum:

- **Finnst „brotinn“ eða „minna en“:** Þegar ást lítur ekki út eins og hugsjónamyndirnar sem sjást í fjölmiðlum, geta félagar innbyrðis tilfinningu fyrir mistökum eða göllum.
- **Óraunhæfar samskiptavæntingar:** Goðsögnin um fjarskiptaskilning lítur framhjá þörfinni fyrir skýr samskipti, sem eru oft nauðsynleg fyrir taugavíkjandi maka.

- **Þrýstingur til að sýna ástúð:** Samfélagsleg viðmið um stöðuga líkamlega ástúð eða rómantískar athafnir geta stangast á við skynnæmi eða áskoranir í stjórnunarstörfum.
- **Rangtúlkun á tilfinningatjáningu:** Breytileiki í tilfinningalegri stjórnun eða tjáningu getur verið rangt lesinn sem skortur á áhuga eða umhyggju.
- **Gremja yfir hraða sambandsins:** Taugavíkjandi einstaklingar geta þurft mismunandi takta til að þróa nánd sem eru á skjön við hraðvirkar rómantískar frásagnir.

Þessir þættir stuðla að tilfinningalegri kulnun, misskilningi og tengslaálagi ef ekki er brugðist við.

Taka upp ákveðin eiturefnisskilaboð

Til að endurbyggja nánd á þínum eigin forsendum er nauðsynlegt að bera kennsl á og taka upp algeng eitruð rómantísk skilaboð:

1. **„Ást ætti að vera áreynslulaus"**
   Dægurmenning gefur oft til kynna að sönn ást flæði náttúrulega og auðveldlega. Í raun og veru krefjast öll sambönd áreynslu, sérstaklega þegar taugavíkjandi eiginleikar hafa áhrif á samskipti og tilfinningalega stjórnun. Að viðurkenna að vinna og nám séu hluti af ástinni ýtir undir seiglu.
2. **„Rómantísk ást er hápunktur hamingjunnar"**
   Fjölmiðlar lyfta oft upp rómantískri ást sem fullkominn uppsprettu lífsfyllingar, og setja sjálfsást, vináttu, fjölskyldu og persónulegan þroska til hliðar. Yfirvegað sjónarhorn metur margar uppsprettur stuðnings og gleði.

3. **„Þú ættir alltaf að vita hvað félagi þinn þarfnast“**
Goðsögnin um huglestur dregur úr mikilvægi skýrra, skýrra samskipta. Sérstaklega fyrir taugavíkjandi pör, koma fram þarfir í veg fyrir rugling og byggja upp traust.
4. **„Átök þýðir að sambandið er að bila“**
Átök eru óumflýjanleg og geta verið uppbyggileg ef vel er stjórnað. Að búast við fullkomnun eða stöðugri sátt setur pör fyrir vonbrigðum.
5. **„Ást er líkamleg ástríða“**
Þó að líkamleg nánd sé mikilvæg fyrir marga er form og tíðni mjög mismunandi. Skynþarfir, þægindi og samþykki verða að leiðbeina líkamlegri tengingu frekar en fjölmiðlahandritum.

Aðferðir til að aflæra eitruð rómantísk skilaboð
Afnám krefst meðvitaðrar áreynslu og ígrundunar. Eftirfarandi aðferðir styðja þetta umbreytingarferli:

- **Gagnrýnt fjölmiðlalæsi:** Skoðaðu rómantíska fjölmiðla sem þú notar af forvitni og tortryggni. Spyrðu sjálfan þig: Hvaða skilaboð er verið að koma á framfæri? Hvernig samræmast þetta eða stangast á við upplifun þína?
- **Áskoraðu innbyrðis viðhorf:** Þekkja trú um ást sem veldur vanlíðan eða þrýstingi. Skiptu þeim út fyrir staðfestar, raunsæjar hugsanir. Til dæmis, í stað þess að „ég verð alltaf að vera ástríðufullur,“ reyndu „Ástin mín er dýrmæt, jafnvel þegar hún lítur róleg út eða hægfara.
- **Æfðu sjálfssamkennd:** Gerðu þér grein fyrir því að það er flókið að rata í nánd með taugadreifingu og að barátta dregur ekki úr virði þínu eða möguleika í sambandi.

- **Endurrömmuðu átök og viðleitni:** Líttu á áskoranir sem tækifæri til vaxtar og tengsla frekar en merki um mistök.
- **Leitaðu að fjölbreyttum fyrirmyndum:** Kannaðu sögur og samfélög sem fagna taugavíkjandi samböndum og óhefðbundnum nándastílum.

Byggja upp nánd á þínum eigin forsendum

Að búa til samband sem á rætur í ekta tengingu frekar en ytri hugsjónum felur í sér:

- **Að skilgreina sameiginlega sýn þína:** Ræddu saman hvað nánd og rómantík þýðir fyrir ykkur sem par. Hvaða helgisiði, hegðun eða tjáning finnst merkingarbær? Hvernig geturðu virt skynjunar- og tilfinningalegar þarfir beggja maka?
- **Forgangsraða skýrum samskiptum:** Þróa tungumál og aðferðir til að tjá ástúð, mörk og þarfir á skýran hátt án þess að gera ráð fyrir huglestri.
- **Aðlaga líkamlega og tilfinningalega nánd:** Aðlagaðu nánd að því að passa skynjunarstillingar þínar og takta. Þetta getur þýtt að breyta tíðni, gerð eða stillingu líkamlegrar snertingar eða tilfinningalegrar miðlunar.
- **Að fagna litlum augnablikum:** Einbeittu þér að hversdagslegum athöfnum góðvildar, athygli og nærveru sem byggja upp tengsl með tímanum frekar en stórum látbragði.
- **Að faðma sveigjanleika og vöxt:** Viðurkenndu að samband þitt mun þróast og skilgreiningar þínar á nánd líka.

Hugleiðingar í raunveruleikanum: Neurodivergent pör sem endurskilgreina rómantík

Lítum á dæmi Maya og Alex, sem glímdu við þrýstinginn til að framkvæma stöðuga ástúðlega hegðun að fyrirmynd dægurmenningarinnar. Með heiðarlegum samtölum bjuggu þau til sitt eigið ástartungumál sem innihélt rólegan félagsskap, sameiginlegar venjur og skynjunarvæna snertingu. Þessi breyting létti á streitu og dýpkaði tengsl þeirra.

Á sama hátt lærðu Jordan og Lee að endurgera rök ekki sem bilun í sambandi heldur sem mikilvægar samræður sem sýna óuppfylltar þarfir. Með því að yfirgefa goðsögnina um „fullkomna ást" byggðu þau upp samstarf sem byggir á heiðarleika og viðurkenningu.

Verkfæri og æfingar til að endurskrifa sambandssögu þína

Til að koma þessum hugmyndum í framkvæmd skaltu íhuga eftirfarandi æfingar:

- **Íhugunarblað fjölmiðla:** Fylgstu með rómantískri fjölmiðlaneyslu þinni og athugaðu hvernig hún hefur áhrif á væntingar þínar. Skrifaðu um hvaða skilaboð þykja gagnslaus og hvaða gildi hljóma ósvikin.
- **Framtíðarsýn hjóna:** Vertu í samstarfi við að búa til skriflega sýn á hvernig nánd lítur út fyrir samband þitt, þar á meðal ákjósanlegar leiðir til að tjá ást og stjórna átökum.
- **Ástúð og landamæraskrá:** Nefndu og ræddu hvers konar ástúð sem hver félagi nýtur eða finnst krefjandi. Búðu til skýra samninga um líkamleg og tilfinningaleg mörk.

- **Þakklæti og tengingarathafnir:** Komdu á fót litlum daglegum eða vikulegum helgisiðum sem fagna tengslum - eins og sameiginlegar máltíðir, göngutúra eða munnlega þakklæti.
- **Verkefnablað um endurramma árekstra:** Þegar ágreiningur kemur upp skaltu nota leiðbeiningar til að kanna undirliggjandi þarfir og endurskipuleggja átök sem vöxt.

Að taka á samfélagsþrýstingi og rækta samfélag

Fyrir utan einstök pör hafa samfélagslegar frásagnir um ást áhrif á viðmið og væntingar samfélagsins. Pör með taugaveiklun geta fundið sig einangruð eða jaðarsett þegar sambönd þeirra endurspegla ekki almennar fyrirmyndir.

Að byggja upp stuðningssamfélög sem fagna taugavíkjandi ást og fjölbreytileika getur:

- Draga úr fordómum og skömm.
- Veita fyrirmyndir og sameiginlega reynslu.
- Hvetja til málsvörn fyrir framsetningu án aðgreiningar í fjölmiðlum.

Íhugaðu að ganga til liðs við eða stofna stuðningshópa, spjallborð á netinu eða hagsmunasamtök sem miðla taugadreifandi samskiptum.

Hlutverk sjálfssamþykkis við að rækta raunsæja rómantík

Að lokum byrjar að byggja upp nánd á þínum eigin forsendum með sjálfsviðurkenningu. Viðurkenna og heiðra taugavíkjandi sjálfsmynd þína og hvernig hún mótar tilfinningaheim þinn og venslastíl. Þegar báðir félagar faðma sjálfa sig og hvort annað að fullu, laus við óraunhæfar hugsjónir, getur nánd blómstrað í sinni raunverulegustu og viðvarandi mynd.

Niðurstaða: Að faðma þína einstöku ástarsögu

Rómantík, eins og hún er sýnd í fjölmiðlum, setur okkur oft fyrir vonbrigðum með því að lofa handritaðri, hugsjónaðri upplifun sem sjaldan er til í raunveruleikanum. Fyrir taugadreifandi pör er það að hafna þessum goðsögnum ekki bara spurning um hagkvæmni heldur nauðsynlegt skref í að endurheimta reisn, áreiðanleika og gleði í ást.

Með því að aflæra eitruð rómantísk skilaboð og skapa nánd af ásetningi á þínum eigin forsendum, endurheimtirðu vald yfir frásögninni um sambandið þitt. Þessi kafli gefur þér kraft til að sjá ástarsöguna þína sem gilda og fallega, nákvæmlega eins og hún er, einstaklega snúið og djúpt mannlegt.

Þegar þú heldur áfram skaltu sleppa tökunum á samanburði, heiðra takta þína, hafa samskipti opinskátt og þykja vænt um litlu augnablikin sem byggja upp varanleg tengsl. Ást þín er ekki formúla - hún er lifandi ferðalag í þróun sem mótast af skilningi, virðingu og sameiginlegri skuldbindingu.

Hvernig á að endurbyggja líkamlega nánd á taugavíkkandi-vingjarnlegan hátt - samþykki ramma, skynjunarsjónarmið og aðlögunarmál

---

Inngangur: The Complex Landscape of Physical Intimacy for Neurodivergent Coupe

Líkamleg nánd - þar á meðal kynferðisleg tengsl og ástúðleg snerting - er mikilvægur þáttur í mörgum rómantískum samböndum. Samt, fyrir taugavíkjandi einstaklinga og pör, getur sigling á þessu landslagi verið einstakar áskoranir og tækifæri. Skynnæmi, munur á tilfinningastjórnun, samskiptastíll og framkvæmdastarfsemi hafa öll áhrif á hvernig líkamleg snerting er upplifuð, hafin og móttekin.

Þessi kafli miðar að því að veita yfirgripsmikla og miskunnsama leiðarvísi til að endurbyggja líkamlega nánd sem virðir taugavíkjandi skynjunarsnið, forgangsraðar áhugasamt og upplýstu samþykki og ræktar skýr, virðingarfull samskipti. Markmiðið er að styrkja pör til að tengjast aftur líkamlega á þann hátt sem finnst öruggt, ánægjulegt og staðfestandi fyrir báða maka.

Að skilja líkamlega nánd handan hefðbundinna viðmiða

Líkamleg nánd nær yfir margs konar hegðun - allt frá því að haldast í hendur og kúra til kynlífs. Hefðbundnar frásagnir um líkamlega nánd gera oft ráð fyrir „ein stærð fyrir alla“ nálgun: tíð, sjálfsprottin og gagnkvæm líkamleg snerting sem tjáning ást og þrá.

Hins vegar geta þessar forsendur verið erfiðar fyrir taugavíkjandi pör, sem gætu upplifað:

- **Skynnæmi:** Ákveðnar tegundir snertingar geta verið yfirþyrmandi, óþægilegar eða sársaukafullar.
- **Skynræn leit eða forðast:** Sumir einstaklingar kunna að þrá ákveðnar tegundir örvunar, á meðan aðrir forðast snertingu með öllu.
- **Munur á kynferðislegri löngun og tjáningu:** Taugavíkjandi makar geta haft einstaka takta, kveikjur og viðbrögð sem tengjast kynferðislegum áhuga.
- **Samskiptaáskoranir:** Erfiðleikar við að setja fram þarfir, mörk eða óþægindi geta leitt til misskilnings.
- **Kvíða- eða áfallaviðbrögð:** Fyrri reynsla, þ.mt áföll eða skynjunarofbeldi, getur haft áhrif á líkamlega nálægð.

Að viðurkenna og heiðra þennan fjölbreytileika í líkamlegri upplifun er grunnurinn að því að endurbyggja nánd sem finnst ósvikin og sjálfbær.

Mikilvægi samþykkis og samskipta

Samþykki er hornsteinn hvers kyns heilbrigðs kynferðislegs eða líkamlegs sambands, en það tekur á sig fleiri víddir í taugavíkjandi samhengi. Fyrir pör að endurbyggja nánd eftir tímabil af sambandsrof eða misskilningi er skýrt, viðvarandi og áhugasamt samþykki nauðsynlegt.

- **Skýrt samþykki:** Frekar en að gera ráð fyrir samþykki byggt á fyrri reynslu eða mynstrum, njóta félagar góðs af því að tjá og staðfesta þægindi og vilja á skýran hátt.

- **Stöðug innritun:** Samþykki er ekki kyrrstætt; það krefst stöðugrar athygli að breyttum þörfum, tilfinningum og mörkum.
- **Óverbal og óhefðbundin samskipti:** Viðurkenndu að samþykkissamskipti gætu þurft að innihalda sjónrænar vísbendingar, skriflega samninga eða hjálpartækni til að henta samskiptastíl samstarfsaðila.
- **Örugg orð eða merki:** Að koma á samsömdum orðum eða bendingum til að gera hlé eða hætta getur skapað öryggi og létt á kvíða.
- **Virðing fyrir mörkum:** Takmörk beggja samstarfsaðila ættu að vera í heiðri án þrýstings eða sektarkennd.

Þróun þessara samþykkisramma hjálpar til við að skapa traust og gagnkvæma virðingu, sem eru nauðsynleg fyrir líkamlega og tilfinningalega nánd.

Skynjunarsjónarmið í líkamlegri snertingu og kynhneigð

Taugavíkjandi skynjunarsnið eru mjög mismunandi og líkamleg snerting getur kallað fram mjög mismunandi viðbrögð. Helstu skynjunaratriði eru:

- **Gerð snertingar:** Sumir einstaklingar kjósa létta snertingu, djúpan þrýsting eða sérstaka áferð; öðrum finnst ákveðnar snertingar fráleitar.
- **Staðsetning snertingar:** Næmi getur verið mismunandi eftir líkamssvæðum; samstarfsaðilar geta kannað og lært saman.
- **Lengd og styrkleiki:** Oförvun getur leitt til óþæginda eða lokunar; Það skiptir sköpum að taka líkamlega snertingu með huga.
- **Umhverfisþættir:** Lýsing, hljóð, hitastig og næði geta allt haft áhrif á þægindi og slökun.

- **Ofhleðsla og stjórnun skynjunar:** Samstarfsaðilar gætu þurft aðferðir til að stjórna ofgnótt, svo sem hlé, róandi verkfæri eða jarðtengingartækni.

Með því að kanna þessa skynjunarþætti í samvinnu geta pör skapað líkamlega nándupplifun sem er sniðin að þörfum og óskum beggja maka.

Að endurbyggja líkamlega nánd skref fyrir skref

Fyrir pör sem hafa upplifað sambandsleysi, áföll eða misjafnar þarfir er endurreisn líkamlegrar nánd hægfara ferli sem krefst þolinmæði og gagnkvæmrar aðlögunar. Ráðlögð skref eru meðal annars:

1. **Ókynhneigð snerting:** Byrjaðu á ókynhneigðum, hughreystandi snertingu eins og að halda í hendur, faðma eða varlega nudda á bakinu. Þessi samskipti endurbyggja traust og jákvæð tengsl.
2. **Skynjun kortlagning:** Búðu til saman „skynmyndakort" til að bera kennsl á hvers konar snertingu líður vel, hlutlaus eða óþægileg. Þetta er hægt að endurskoða reglulega eftir því sem óskir þróast.
3. **Samskiptaæfingar:** Æfðu þig í að tjá langanir og mörk munnlega eða með öðrum samskiptaaðferðum. Notaðu „ég" staðhæfingar til að deila tilfinningum án þess að ásaka.
4. **Kanna snertivalkosti:** Notaðu leikföng, efni eða verkfæri sem kynna nýjar tilfinningar á varlega og öruggan hátt.
5. **Tímasetningar nánd:** Hjá mörgum taugavíkjandi pörum dregur fyrirsjáanleiki úr kvíða. Skipuleggðu innilegar stundir fyrirfram með samþykktum athöfnum og umhverfi.

6. **Byggingarathafnir:** Búðu til helgisiði sem stuðla að tengingu, svo sem ákveðna leið til að heilsa eða segja góða nótt með snertingu sem finnst öruggt og ástríkt.
7. **Aðlögun og sveigjanleiki:** Viðurkenna að óskir sveiflast. Gefðu svigrúm til að endursemja um mörk og væntingar án þess að dæma.

Aðlagandi tungumál til að ræða líkamlega nánd

Skýr, virðingarverð samskipti um líkamlega nánd eru lífsnauðsynleg en geta verið erfið án rétts orðaforða eða ramma. Aðlögun tungumálsins til að henta taugavíkjandi samskiptastílum gæti falið í sér:

- **Notkun ákveðinna, áþreifanlegra hugtaka:** Forðastu óljósar setningar eins og „vertu ástúðlegri“. Í staðinn skaltu tilgreina hegðun, eins og "Mér líkar vel þegar þú heldur í höndina á mér í nokkrar mínútur."
- **Staðlaður umræður um skynþarfir:** Notaðu tungumál sem staðfestir skynjunarupplifun, t.d. „Ákveðnar snertingar geta verið yfirþyrmandi fyrir mig, en létt þrýstingur á herðar mínar líður vel.
- **Athugaðu skilning:** Staðfestu hvað maki þinn meinar til að forðast rangtúlkun, t.d. „Þegar þú segir „ég er ekki í skapi,“ ertu þá að meina núna, eða almennt?
- **Að skrifa það niður:** Sumir samstarfsaðilar eiga auðveldara með að tjá eða vinna úr hugsunum skriflega áður en þeir ræða þær munnlega.
- **Notkun þriðja manns eða myndlíkinga:** Þegar bein umræða finnst of viðkvæm geta myndlíkingar eða þriðju persónu frásagnir opnað samræður.

Með því að þróa sameiginlegan orðaforða og samskiptatakt geta pör dýpkað gagnkvæman skilning og dregið úr núningi.

Að takast á við algengar áskoranir

Að endurbyggja líkamlega nánd er ekki án hindrana. Algengar áskoranir eru:

- **Ósamræmi í löngun eða skynjunarþörfum:** Félagar geta haft mismunandi þarfir fyrir líkamlega nálægð eða snertistyrk.
- **Kvíði og ótti:** Fyrri neikvæð reynsla eða ótti við höfnun getur hindrað upphaf eða viðbrögð.
- **Vanstarfsemi stjórnenda:** Erfiðleikar við skipulagningu, raðgreiningu eða upphaf geta haft áhrif á kynlíf og ástúðlegar venjur.
- **Þreyta og yfirþyrmandi:** Taugavíkjandi einstaklingar geta haft sveiflukenndar orkustig sem hafa áhrif á þátttöku.
- **Sigla samþykki og mörk:** Ótti við að særa tilfinningar eða misskilja mörk getur valdið hik.

Aðferðir til að takast á við þessar áskoranir fela í sér:

- Forgangsraða samkennd og þolinmæði.
- Regluleg innritun til að stilla hraða og væntingar.
- Að leita sér aðstoðar ef áföll eða geðheilbrigðisvandamál koma upp.
- Að búa til í samvinnu áætlanir og viðbragðsáætlanir fyrir erfiðar stundir.

Hlutverk sjálfsígrundunar og tilfinningalegrar meðvitundar

Báðir félagar njóta góðs af því að velta fyrir sér eigin reynslu og tilfinningum sem tengjast líkamlegri nánd. Þetta felur í sér:

- **Að bera kennsl á kveikjur og þægindi:** Að skilja hvað vekur jákvæð eða neikvæð viðbrögð.
- **Að kanna tilfinningar:** Að þekkja kvíða, spennu, viðkvæmni eða gremju sem tengist líkamlegri nálægð.
- **Að þróa sjálfssamkennd:** Að samþykkja sjálfan sig án skömm eða dómgreindar varðandi líkamlegar þarfir eða mörk.
- **Að viðurkenna vaxtarsvæði:** Að viðurkenna svæði fyrir persónulegan vöxt í samskiptum, reglugerðum eða ástúð.

Þessi sjálfsvitund dýpkar nánd með því að efla heiðarleika og samkennd.

Sjónarhorn sérfræðinga og meðferðaraðferðir

Sérhæfð meðferð getur veitt ómetanlegan stuðning við að endurbyggja líkamlega nánd fyrir taugavíkjandi pör. Sjúkraþjálfarar sem eru þjálfaðir í aðferðum sem staðfesta taugafjölbreytni einblína oft á:

- Skynsamþættingartækni.
- Að byggja upp samskiptahæfileika.
- Áfallaupplýst umönnun.
- Kynheilbrigðisfræðsla sniðin að taugadreifingu.
- Hjónaráðgjöf sem heiðrar mismunandi raflögn og vinnslustíl.

Úrræði og tilvísanir til slíkra sérfræðinga gera pörum kleift að sigla við áskoranir með sérfræðiráðgjöf.

Tilviksrannsókn: Að endurbyggja líkamlega nánd með skynjunarvitund

Lítum á söguna um Sam og Riley. Sam, sem er með einhverfu með mikilli skynnæmi, fannst ákveðnar tegundir snertingar sársaukafullar, en Riley, með ADHD, þráði líkamlega nálægð en glímdi við hvatvísi.

Með meðferð og opnum samskiptum komu þeir á samþykkisramma sem fól í sér örugg orð og áætluð „snertiinnritun“. Þeir kortlögðu skynrænar óskir saman og bjuggu til helgisiði í kringum litla örvunarsnertingu, svo sem gagnkvæmt handanudd með róandi húðkremum og sameiginleg böð með róandi lýsingu og hljóði.

Með tímanum könnuðu þau smám saman kynferðislega nánd með aðlagðri tækni, takti og samskiptum sem uppfylltu þarfir þeirra beggja. Líkamleg tengsl þeirra urðu sterkari, djúpt samtvinnuð tilfinningalegu öryggi og gagnkvæmri virðingu.

Hagnýtar æfingar fyrir skynjunarörugga líkamlega nánd

Til að styðja lesendur við að beita þessum hugtökum skaltu íhuga að fella inn æfingar eins og:

- **Sensory Exploration Journal:** Skráðu reynslu af mismunandi gerðum snertingar, taktu eftir óskum og óþægindum.
- **Gátlisti fyrir samþykkissamtöl:** Leiðbeiningar um að ástunda skýrt samþykki, þar á meðal spurningar og ábendingar.
- **Snertikortavirkni:** Samstarfsaðilar búa til sjónræn eða skrifuð kort af þægilegum, hlutlausum og óþægilegum snertisvæðum.
- **Samskiptahlutverk:** Æfðu þig í að tjá langanir og mörk á öruggan, skipulegan hátt.
- **Slökunar- og jarðtengingartækni:** Einfaldar æfingar til að draga úr kvíða fyrir eða meðan á líkamlegri nánd stendur.

Ályktun: Að faðma líkamlega nánd sem taugavíkjandi par

Að endurbyggja líkamlega nánd eftir tilfinningalega eða samskiptaröskun er djúpt ferðalag trausts, samskipta og gagnkvæms skilnings. Hjá taugavíkjandi pörum er þetta ferli auðgað og stundum flókið af skynjunarmun, tilfinningalegum þörfum og félagslegu ástandi.

Með því að tileinka sér samþykki sem áframhaldandi iðkun, heiðra skynjunarupplifun, aðlaga samskipti og nálgast snertingu af forvitni og umhyggju, geta pör ræktað líkamlega nálægð sem finnst örugg, ánægjuleg og djúpstæð tengsl.

Þessi kafli hvetur pör til að halda áfram með þolinmæði, hreinskilni og virðingu – vitandi að einstaka taugavíkjandi raflögn þeirra eru ekki hindrun heldur áberandi linsa þar sem ást og nánd geta þrifist á ósvikinn og gleðilegan hátt.

Kafli 16: Siglingar um tilfinningalega kveikjupunkta

Forskriftir og tækni fyrir bráðnun, lokun og misskiptingu

Inngangur: Raunveruleiki tilfinningalegra kveikjupunkta í taugavíkjandi samböndum

Í hvaða sambandi sem er, eru tilfinningaleg áföll - augnablik mikils uppnáms, misskilnings eða tilfinningalegrar yfirþyrmandi - óumflýjanleg. Fyrir pör með ólíkum taugaboðum geta þessi augnablik komið oftar eða verið einstaklega til staðar vegna mismunandi skynjunarvinnslu, samskiptastíla og tilfinningalegrar stjórnunar.

Skilningur á því hvernig eigi að þekkja, sigla og bregðast við á uppbyggilegan hátt við þessum leifturpunktum er nauðsynlegt til að endurbyggja og viðhalda nánd. Þessi kafli býður upp á hagnýt handrit, gagnreynda tækni og samúðaraðferðir sem gera pörum kleift að fara í gegnum niðurbrot, lokun og misskiptingu með samúð, skýrleika og þolinmæði.

Með því að læra að stjórna þessum tilfinningalegum auknum saman geta pör umbreytt hugsanlegum rofum í tækifæri til dýpri skilnings og tengsla.

Að skilgreina tilfinningalega kveikjupunkta: bráðnun, lokun og misskilning

Bráðnun og **lokanir** eru tvenns konar ákafur tilfinningaviðbrögð algeng meðal taugavíkjandi einstaklinga, sérstaklega þá sem eru á einhverfurófinu og þeir sem eru með ADHD. Þó að þau séu oft misskilin eða stimpluð, eru þau ekki „brjóstkast“ eða merki um lélega hegðun - frekar eru þau náttúruleg viðbrögð við yfirþyrmingu.

- **Bráðnun** eru ytri tjáningar tilfinningalegrar yfirbugunar. Þeir gætu falið í sér grátur, öskur, skeið eða aðra ákafa hegðun. Bráðnun er oft losunarventill fyrir streitu og skynjunarofhleðslu.
- **Lokanir** eru innri viðbrögð þar sem einstaklingur getur orðið þögull, afturkallaður eða svarar ekki. Þetta er bjargráð þar sem einstaklingurinn „tékkar“ sig tilfinningalega eða líkamlega til að verja sig fyrir frekari streitu.

Misskilningur getur komið fram hvenær sem er, sérstaklega þegar tilfinningalegt streita er mikið eða þegar makar hafa mismunandi samskiptastíl eða taugafræðilega úrvinnslu. Misskilningur eykst oft á tilfinningalegum sviðum, skapar hringrás gremju og sársauka.

Hvers vegna tilfinningalegir kveikjupunktar koma upp í taugavíkjandi pörum

Nokkrir þættir stuðla að tíðni og styrk tilfinningalegra kveikjapunkta í taugavíkjandi samböndum:

- **Skynjun ofhleðsla:** Umhverfi eða samskipti sem eru of háværr, björt eða óreiðukennd geta yfirbugað taugakerfið, kallað fram bráðnun eða lokun.
- **Tilfinningaleg vanstjórnun:** Erfiðleikar við að stjórna og stilla tilfinningar geta valdið því að tilfinningar magnast hratt.

- **Vanstarfsemi stjórnenda:** Áskoranir við að skipuleggja, skipuleggja eða skipta um verkefni geta leitt til gremju eða yfirþyrmandi.
- **Samskiptamunur:** Breytingar á því hvernig tilfinningar eru tjáðar eða skilnar geta skapað misskilning.
- **Höfnunarnæmi:** Aukið næmi fyrir skynjaðri gagnrýni eða yfirgefa getur kallað fram sterk tilfinningaleg viðbrögð.
- **Félagslegar væntingar:** Þrýstingur til að „gríma" eða samræmast taugatýpískum viðmiðum eykur streitu og þreytu.

Að viðurkenna þessar undirliggjandi orsakir er mikilvægt fyrsta skref í að nálgast eldpunkta með samúð frekar en dómgreind.

Undirbúningur fyrir tilfinningalega kveikjupunkta: Byggja grunn öryggis og trausts

Hæfni til að rata um eldpunkta styrkist þegar pör hafa komið sér upp grunni tilfinningalegs öryggis og trausts. Þetta felur í sér:

- **Að búa til öruggt tilfinningalegt rými:** Samstarfsaðilar eru sammála um að samþykkja tilfinningalega reynslu hvers annars án ásakana eða gagnrýni.
- **Að setja grunnreglur:** Sammála um virðingarverð samskipti, svo sem að forðast öskur eða upphrópanir, og leyfa pláss til að gera hlé ef þörf krefur.
- **Að þróa sameiginlegt tungumál:** Að búa til orð eða setningar sem gefa til kynna vanlíðan eða þörf fyrir stuðning.
- **Að æfa virka hlustun:** Að veita fulla athygli án truflana eða varnar.

- **Að þekkja kveikjur:** Að bera kennsl á algenga streituvalda sem geta verið á undan kveikjupunktum.

Þessar grunnvinnuaðferðir draga úr ótta og varnargetu, sem gerir það auðveldara að höndla erfiðar tilfinningar þegar þær koma upp.

Þekkja snemmbúin viðvörunarmerki

Snemma viðurkenning á tilfinningalegri uppbyggingu getur komið í veg fyrir stigmögnun. Algeng merki eru:

- Aukinn pirringur eða eirðarleysi
- Afturköllun eða minni samskipti
- Líkamleg merki eins og krepptir hnefar, taktur eða spenna
- Breytingar á öndun eða raddblæ
- Forðunarhegðun eða lokunarmerki

Samstarfsaðilar geta lært að stilla á lúmskur vísbendingar hvers annars, spurt blíðra innritunarspurninga eða boðið róandi stuðning áður en tilfinningar verða yfirþyrmandi.

Hagnýt forskrift til að sigla um meltdowns

Þegar maki er að upplifa bráðnun er forgangsverkefnið tilfinningalegt öryggi, staðfesting og stigmögnun. Hér eru handritsdæmi og leiðbeiningar:

1. Jarðtengingar- og staðfestingarforrit

- "Ég sé að þú ert virkilega óvart núna. Það er allt í lagi. Ég er hér með þér."
- "Það er allt í lagi að líða svona. Við skulum draga djúpt andann saman."
- "Þú þarft ekki að útskýra það núna. Ég er bara hér til að styðja þig."

Lykiltækni:

- Notaðu rólega, milda rödd og hæga ræðu.

- Forðastu að rífast eða reyna að „laga“ tilfinningar.
- Bjóða upp á líkamlegt pláss ef þörf krefur, eða blíður snerting aðeins ef vel er tekið.
- Hvettu til jarðtengingartækni eins og djúpa öndun eða einbeittu þér að skynjunarróandi hlutum.

2. Að hvetja til tilfinningatjáningar án dóms

- „Ef þú vilt tala um það sem kemur þér í uppnám, þá er ég tilbúinn að hlusta hvenær sem þér líður vel.
- "Tilfinningar þínar eru mér mikilvægar og ég vil skilja."

Að leyfa pláss og tíma fyrir tilfinningalega losun án þrýstings hjálpar til við að draga úr styrkleikanum og byggja upp traust.

Hagnýtar forskriftir til að sigla um lokun

Lokanir geta verið ruglingslegar eða pirrandi fyrir maka sem kunna að finnast þeir vera útilokaðir. Að styðja félaga meðan á lokun stendur krefst þolinmæði og skilnings:

1. Gentle fullvissuhandrit

- "Ég tek eftir því að þú ert rólegur núna, og það er allt í lagi. Taktu allan tímann sem þú þarft."
- „Ég er hér þegar þú ert tilbúinn að tala eða vera nálægt.

2. Að bjóða upp á þægindi án krafna

- „Ef þú vilt get ég bara setið hjá þér í rólegheitum.
- „Viltu að ég láti þig í friði um stund eða verði nálægt þér?

3. Innritun án þrýstings

- "Ég hugsa til þín og hér til að styðja þig hvenær sem þú ert tilbúinn."

Lykiltækni:

- Forðastu að krefjast skýringa eða tafarlausra svara.
- Gefðu upp valkosti og virtu val maka.
- Haltu líkamlegri nálægð eða fjarlægð byggt á vali maka.

Lokanir tákna oft leið taugakerfisins til að vernda sig; að virða þá þörf dregur úr átökum.

Meðhöndla misskilning af samúð og skýrleika

Misskiptingar geta aukið tilfinningalega kveikjupunkta hratt. Eftirfarandi skref og forskriftir stuðla að viðgerð og skilningi:

1. Gera hlé og íhuga

- "Ég held að við gætum hafa misskilið hvort annað. Getum við hægt á okkur og talað um það?"

2. Notaðu „I" staðhæfingar til að tjá tilfinningar

- "Mér fannst sárt þegar ég hélt að þú hefðir ekki hlustað. Getum við talað um hvað gerðist?"

3. Spyrðu skýrandi spurninga

- "Geturðu hjálpað mér að skilja hvað þú áttir við?"
- „Fékk ég þetta rétt, eða er ég að missa af einhverju?

4. Staðfestu tilfinningar jafnvel þótt þú sért ósammála

- „Ég sé að þetta kom þér í uppnám og það skiptir mig máli.

5. Taktu þér hlé ef þörf krefur

- "Ég held að við þurfum bæði smá stund til að róa okkur niður. Getum við komið aftur að þessu eftir 20 mínútur?"

Notkun þessara handrita ýtir undir tilfinningalegt öryggi og forðast ásakanir.

Aðferðir til að stjórna tilfinningalegum kveikjupunktum

Fyrir utan handrit hjálpa sértækum aðferðum við að stjórna líkamlegum og tilfinningalegum styrkleika leifturpunkta:

- **Jarðtengingaræfingar:** Einbeittu þér að skynjunarinntaki eins og að halda á áferðarmiklum hlut, finna fæturna á jörðu niðri eða huga að öndun til að fara aftur í nútíðina.
- **Skyntæki:** Notaðu þyngdar teppi, hávaðadeyfandi heyrnartól eða töfratæki til að draga úr skynjunarofhleðslu.
- **Sjálfsróandi helgisiðir:** Hvetjandi venjur sem róa taugakerfið eins og hlý böð, mild tónlist eða kunnugleg lykt.
- **Time-Out samningar:** Fyrirfram skipulögð merki sem annar hvor félaginn getur notað til að gera hlé og flokka sig aftur án þess að dæma.
- **Samstjórn:** Samstarfsaðilar styðja tilfinningalegt ástand hvers annars með því að spegla rólega hegðun og bjóða upp á huggun.

Þessar aðferðir, stundaðar reglulega, styrkja tilfinningalega seiglu með tímanum.

Að búa til persónulega tilfinningalega kreppuáætlun

Pör geta unnið saman að því að þróa sérsniðna áætlun sem lýsir skrefum sem þarf að taka á meðan á kveikjupunktum stendur. Íhlutir geta verið:

- Auðkenning kveikja og snemmbúin viðvörunarmerki.

- Æskileg róandi tækni fyrir hvern maka.
- Forskriftir eða setningar sem sefa eða hjálpa til við að koma þörfum á framfæri.
- Samþykkt merki um tímamörk og leiðbeiningar um að fara aftur til umræðu.
- Samskiptaupplýsingar fyrir neyðartilvik eða faglega aðstoð ef þörf krefur.

Að hafa skrifaða eða leggja á minnið áætlun dregur úr kvíða og stuðlar að samvinnu á erfiðum stundum.

Hlutverk sjálfssamkenndar og gagnkvæmrar samkennd

Að sigla á tilfinningalegum leifturpunktum krefst þess að báðir félagar iðki sjálfsvorkunn og samkennd. Þetta þýðir:

- Að viðurkenna að tilfinningaleg ofgnótt er ekki persónuleg mistök.
- Viðurkenna að báðir félagar eru að gera sitt besta innan taugakerfisins.
- Að fyrirgefa sjálfum sér og hvert öðru fyrir mistök eða misskilning.
- Að fagna litlum árangri í stjórnun tilfinninga og samskipta.

Að rækta þetta hugarfar mýkir varnir og opnar rými fyrir lækningu og tengingu.

Stuðningur við vöxt með faglegri aðstoð

Stundum eiga eldpunktar rætur að rekja til áfalla, geðheilsuáskorana eða mynstrum sem erfitt er að leysa án utanaðkomandi stuðnings. Sjúkraþjálfarar, ráðgjafar eða þjálfarar sem staðfesta taugaveiklun geta:

- Hjálpaðu til við að bera kennsl á og pakka niður tilfinningalegum kveikjum.
- Kenna meðhöndlun og samskiptafærni.

- Leiðbeina pörum í gegnum lausn átaka.
- Aðstoða við áfallaupplýsta umönnunaraðferðir.

Að leita sér aðstoðar er merki um styrk og skuldbindingu við sambandið.

Dæmi í raunveruleikanum: Að höndla niðurbrot með samúð

Lítum á Alex og Jordan, taugavíkjandi par sem glímdu við tíðar bráðnun af völdum skynjunarofhleðslu og streitu. Með meðferð og sjálfsmenntun þróuðu þau handrit og kreppuáætlun.

Þegar Alex byrjar að bráðna, notar Jordan rólega rödd til að segja: "Ég sé að þú ert óvart. Við skulum sitja róleg saman í nokkrar mínútur." Alex notar öruggt orð til að gefa til kynna hvort þeir vilji rými eða nálægð. Eftir að bráðnunin minnkar endurskoða þau atvikið varlega og deila tilfinningum án þess að ásaka.

Þessi nálgun hjálpaði til við að draga úr átökum, byggja upp traust og dýpka tilfinningatengsl þeirra.

Æfingar fyrir lesendur: Byggja upp færni til að sigla á flasspunkta

1. **Þekkja kveikjur þínar:** Hver félagi skrifar niður algenga streituvalda og fyrstu merki um ofgnótt.
2. **Æfðu skriftir saman:** Hlutverkaleikur til að róa og sannreyna samtöl með því að nota dæmiforskriftirnar.
3. **Búðu til þína tilfinningalegu kreppuáætlun:** Gerðu í samvinnu drög að skref-fyrir-skref leiðbeiningum til að meðhöndla kveikjupunkta.
4. **Jarðtengingartækni:** Gerðu tilraunir með skynjarðtengingaræfingar og deildu þeim sem virka best.

5. **Innritunarritual:** Þróaðu daglega eða vikulega vana til að ræða tilfinningaástand og koma í veg fyrir uppbyggingu.

Ályktun: Að fara í gegnum kveikjupunkta í átt að dýpri tengingu

Tilfinningalegir eldpunktar, þó þeir séu krefjandi, eru ekki óyfirstíganlegar hindranir. Með vísvitandi aðferðum, samúðarfullum samskiptum og gagnkvæmri skuldbindingu geta taugasveigjanleg pör sigrað um bráðnun, lokun og misskiptingu á áhrifaríkan hátt.

Þessi kafli býður pörum að líta á eldpunkta ekki sem mistök, heldur sem tækifæri til að dýpka skilning, efla traust og rækta sterk tilfinningatengsl. Með æfingu, þolinmæði og samstarfi geta þessar kreppustundir orðið öflugir hvatar fyrir nánd og vöxt.

Kafli 17: Ósýnilegt vinnuafl og tilfinningalegt jafnræði

Hver sinnir tilfinningalegri umönnun? Hvernig á að koma jafnvægi á það betur

---

Inngangur: The Hidden Work of Emotional Caretaking

Í mörgum samböndum fer mikið af vinnunni sem þarf til að viðhalda tilfinningalegum tengslum, sátt og nánd óséður. Þetta er oft nefnt **ósýnilega vinnu**—tilfinningalega verkið bakvið tjöldin sem heldur sambandinu gangandi en fær sjaldan viðurkenningu eða viðurkenningu. Í taugadreifandi samböndum, þar sem munur á tilfinningalegri úrvinnslu, skynnæmi og samskiptastílum er algengur, getur þessi ósýnilega vinna verið sérlega flókin og torskilin.

Þessi kafli kannar hugmyndina um ósýnilega tilfinningalega vinnu, hjálpar pörum að bera kennsl á hverjir bera þessar skyldur, hvernig ójafnvægi getur leitt til kulnunar og gremju og aðferðir til að skapa **tilfinningalegt jafnræði**— yfirveguð, sameiginleg nálgun við tilfinningalega umönnun sem virðir þarfir og getu félaga beggja.

Með því að koma þessu ósýnilega verki fram í ljós geta pör stuðlað að sanngirni, dýpkað tengsl og endurbyggt nánd á grundvelli gagnkvæmrar virðingar og stuðnings.

Að skilja ósýnilega tilfinningalega vinnu

Ósýnilegt tilfinningastarf er vinnan sem felst í því að stjórna tilfinningalegri vellíðan í sambandi sem oft verður óþekkt eða óviðurkennd. Það felur í sér starfsemi eins og:

- Að sjá fyrir tilfinningalegum þörfum og skapi hvers annars.
- Stjórna eða dreifa átökum.
- Muna og skipuleggja félagslegar og fjölskyldulegar skyldur.
- Býður upp á þægindi og fullvissu.
- Fylgjast með tilfinningalegu loftslagi og stilla samskipti í samræmi við það.
- Að þýða tilfinningar í orð eða gjörðir.
- Að fórna persónulegum þörfum til að viðhalda sátt.

Ólíkt áþreifanlegum verkefnum (eins og húsverkum eða að borga reikninga), er þetta vinnuafl oft óáþreifanlegt og ómælanlegt, sem gerir það auðveldara að líta framhjá því - jafnvel fyrir þann sem vinnur verkið.

Hvers vegna ósýnilegt vinnuafl er sérstaklega mikilvægt í taugavíkjandi pörum

Í taugavíkjandi samböndum getur ósýnilegt tilfinningalegt vinnuafl orðið sérstaklega flókið vegna nokkurra þátta:

- **Mismunur á tilfinningatjáningu:** Félagar geta sýnt eða meðhöndlað tilfinningar á annan hátt, sem krefst þess að einn félagi leggi aukna vinnu í að afkóða tilfinningar eða stjórna viðbrögðum.
- **Áskoranir um framkvæmdahlutverk:** Erfiðleikar annars félaga við að skipuleggja, skipuleggja eða hefja tilfinningalega innritun geta leitt til þess að hinn taki á sig óhóflegan hlut.
- **Höfnunarnæmi og tilfinningaleg vanstjórnun:** Aukin tilfinningaleg viðbrögð geta krafist frekari umönnunar, fullvissu eða vinnu við lausn ágreinings.

- **Grímur og félagsleg þreyta:** Taugavíkjandi einstaklingar eyða oft umtalsverðri orku í að „gríma“ eða aðlaga sig að taugatýpískum viðmiðum, sem getur skilið eftir litla bandbreidd fyrir tilfinningalega vinnu.
- **Skynjunarofhleðsla og stöðvun:** Þegar annar félaginn lendir í lokun eða bráðnun tekur hinn oft að sér umsjónarhlutverkið, stundum í langan tíma.

Án meðvitundar og samtals getur þetta ósýnilega erfiði safnast fyrir, sem leiðir til þreytu, gremju og niðurbrots á nánd.

Að bera kennsl á hver ber tilfinningalegt álag

Mörg pör falla ómeðvitað inn í mynstur þar sem einn maki ber megnið af tilfinningalegu starfi. Einkenni þess að tilfinningaleg vinnuafl gæti verið í ójafnvægi eru:

- Að finnast þú stöðugt „á“ eða bera ábyrgð á að stjórna bæði eigin tilfinningum og maka þínum.
- Upplifir kulnun eða gremju vegna þess að viðleitni þín er ekki viðurkennd.
- Að finnast maki þinn vera "útskrifaður" eða minna tilfinningalega þátttakandi.
- Að taka eftir því að lausn ágreinings eða tilfinningalegur stuðningur lendir að mestu á þér.
- Að finnast þú vera ósýnilegur eða ekki metinn þrátt fyrir mikla tilfinningalega áreynslu.

Að viðurkenna hver ber tilfinningalega álagið er mikilvægt til að takast á við ójafnvægi. Báðir samstarfsaðilar geta lagt sitt af mörkum á annan hátt - annar getur stjórnað daglegum tilfinningalegum vísbendingum, en hinn getur veitt mikinn stuðning í kreppum. Kortlagning þessara hlutverka hjálpar til við að skapa skýrleika og opna rými fyrir heiðarlegar umræður.

Áhrif tilfinningalegs vinnuójafnvægis

Þegar tilfinningaþrungið er ójafnt dreift geta afleiðingarnar verið alvarlegar:

- **Tilfinningaleg kulnun:** Samstarfsaðilinn sem ber megnið af fæðingunni getur fundið fyrir yfirbugunum, þreytu og langvarandi streitu.
- **Gremja og biturleiki:** Óséð átak getur valdið gremju og biturð ef það er ekki viðurkennt.
- **Minni nánd:** Þreyta og gremja draga úr tilfinningalegu framboði og löngun til að tengjast.
- **Sundurliðun samskipta:** Þegar einn félagi finnur að hann er ekki studdur, versna samskipti, sem eykur misskilning.
- **Valdaójafnvægi:** Tilfinningalegt ójafnvægi í vinnunni getur stuðlað að óheilbrigðu gangverki þar sem einn maki telur sig bera ábyrgð á því að „halda“ sambandinu.

Fyrir taugaafbrigði pör, þar sem fjölbreytileiki í taugakerfi bætir við flækjustig, er að takast á við þetta ójafnvægi lykillinn að langtímaheilbrigði sambandsins.

Að skipta yfir í tilfinningalegt jafnræði: hvað það þýðir

Tilfinningalegt jafnræði er ástand þar sem tilfinningalegri vinnu er deilt á sanngjarnan hátt, með viðurkenningu á einstaka getu og áskorunum hvers maka. Það þýðir ekki nákvæmlega 50/50 skiptingu í öllum tilvikum, heldur frekar:

- Báðir félagar telja tilfinningalegar þarfir þeirra og viðleitni vera viðurkennd og metin.
- Samið er á gagnsæjan hátt um ábyrgð og aðlagað eftir þörfum.
- Samstarfsaðilar tjá sig opinskátt um tilfinningalega getu og mörk.
- Það er sveigjanleiki og samúð fyrir sveiflukenndum orkustigum og taugavíkjandi mun.
- Báðir félagar taka virkan þátt í að hlúa að tilfinningalegri vellíðan sambandsins.

Til að ná tilfinningalegu jafnvægi þarf ásetning, samskipti og sjálfsvitund.

Aðferðir til að viðurkenna og koma jafnvægi á tilfinningalega vinnu

1. **Kortleggðu tilfinningalegt vinnuálag**
   - Listaðu saman öll tilfinningaleg verkefni sem þú gerir fyrir sambandið þitt, bæði stór og smá. Taktu þátt í að sjá fyrir þarfir, stjórnun átaka, tilfinningalega innritun og umönnun á erfiðum tímum.
   - Tilgreina hver tekur venjulega ábyrgð á hverju verkefni. Þessi sjónræna úttekt getur leitt í ljós falið ójafnvægi.
2. **Æfðu opna samræðu**
   - Skipuleggðu reglulega innritun með áherslu á tilfinningalega vinnu, ekki bara skipulagningu eða húsverk.

- Notaðu „ég“ staðhæfingar til að tjá tilfinningar án þess að ásaka mig: „Mér finnst ofviða þegar ég er sá eini sem höndlar tilfinningalega innritun.
- Deila þakklæti fyrir viðleitni og ræða hvar stuðning er þörf.

3. **Búðu til skýra samninga**
   - Mundu og komdu saman um hver mun takast á við ákveðin tilfinningaleg verkefni og hvernig á að deila álaginu.
   - Viðurkenndu að þessir samningar geta breyst með tímanum með breytingum á geðheilsu, orku eða lífsaðstæðum.
4. **Virða mörk og getu**
   - Skilja og heiðra tilfinningalega getu hvers annars. Suma daga getur þurft að einn félagi taki á sig meiri vinnu en aðra daga snúa hlutverkin við.
   - Forðastu sektarkennd eða búast við að maki uppfylli allar tilfinningalegar kröfur.
5. **Notaðu verkfæri og kerfi**
   - Ytri tilfinningavinnu þar sem hægt er. Þetta gæti falið í sér sameiginleg dagatöl fyrir tilfinningalega innritun, athugasemdir eða áminningar um mikilvægar dagsetningar í sambandi eða dagbók til að koma tilfinningum á framfæri.
   - Notaðu tækni eða áþreifanlegar áminningar til að draga úr byrðum framkvæmdastjóra.
6. **Ræktaðu sjálfumönnun og bata**
   - Hvetjið hvern maka til að forgangsraða persónulegri tilfinningalegri sjálfumönnun til að viðhalda seiglu.

- Viðurkenndu að tilfinningalegt vinnuafl er skattalegt og batatími er nauðsynlegur.

7. **Leitaðu að faglegum stuðningi**
   - Meðferðaraðili sem staðfestir taugasjúkdóma getur hjálpað til við að bera kennsl á tilfinningaleg vinnumynstur og leiðbeina réttlátri skiptingu.
   - Ráðgjöf getur einnig kennt samskipta- og tilfinningastjórnunaraðferðir.

Að sigrast á algengum áskorunum

- **Viðnám gegn breytingum:** Einn maki gæti fundið fyrir tregðu til að taka á sig meiri tilfinningalega vinnu eða kann ekki að viðurkenna hlutverk sitt í ójafnvægi. Þolinmæði og áframhaldandi samræða eru nauðsynleg.
- **Mismunandi tilfinningalegar þarfir:** Neurodivergent samstarfsaðilar geta haft sérstakt tilfinningamál; að viðurkenna þetta hjálpar til við að sníða hver er best fyrir ákveðin verkefni.
- **Sektarkennd og yfirþyrmandi:** Báðir félagar geta fundið fyrir sektarkennd - annar fyrir að gera ekki nóg, hinn fyrir að vera ofviða. Samúðarfull samskipti eru lykilatriði.
- **Breytilegt orkustig:** Tilfinningaleg vinnuþörf mun lækka og flæða. Sveigjanleiki og innritun koma í veg fyrir stífleika og árekstra.

Hlutverk taugaafvikandi styrkleika í tilfinningalegri vinnu

Það er mikilvægt að viðurkenna og nýta þann einstaka styrkleika sem taugavíkjandi einstaklingar hafa í tilfinningalegri umönnun:

- **Mikil einbeiting og tryggð:** Margir taugavíkjandi einstaklingar geta sýnt djúpa skuldbindingu þegar þeir eru tilfinningalega þátttakendur.
- **Nýstárleg vandamálalausn:** Mismunandi taugakerfi geta stuðlað að skapandi aðferðum við áskoranir í sambandi.
- **Áreiðanleiki:** Neurodivergent samstarfsaðilar meta oft ósvikna tjáningu og heiðarleika, sem getur aukið tilfinningalegt jafnræði þegar hlúð er að þeim.
- **Næmni og samkennd:** Þó að tjáning sé mismunandi, upplifa margir taugavíkjandi fólk djúpstæða samkennd og tilfinningalega aðlögun.

Að virkja þessa styrkleika með jafnvægi á vinnuafli leiðir til ánægjulegra og seiglu samstarfs.

Dæmi í raunveruleikanum: Jafnvægi á tilfinningalegri vinnu í verki

Hugleiddu Maya og Sam, hjón þar sem Maya er með ADHD og Sam er einhverfur. Í mörg ár stjórnaði Maya tilfinningalegri umönnun, minnti Sam á félagslega atburði, miðlaði átökum og stjórnaði tilfinningalegu umhverfi heimilisins. Þetta ósýnilega vinnuafl gerði Mayu örmagna og gremjulega, á meðan Sam fannst ringlaður og fjarlægur, óviss um hvernig ætti að leggja sitt af mörkum.

Með meðferð og opnu samtali bjuggu þau til kort af tilfinningalegri vinnu og komu sér saman um að deila verkefnum út frá styrkleikum og orku. Sam tók ábyrgð á að minna Maya á skipanir og varð tilnefndur „friðarvörður“ meðan á átökum stóð með því að nota tilbúnar róandi forskriftir. Maya samþykkti að koma þörfum sínum á framfæri á skýrari hátt og draga úr forsendum. Þeir kynntu einnig vikulega tilfinningalega innritun til að deila byrðum og þakklæti.

Þessi breyting bætti tilfinningatengsl þeirra, minnkaði kulnun og ýtti undir gagnkvæma virðingu.

Æfingar fyrir pör: Að rækta tilfinningalegt jafnræði

1. **Tilfinningaleg vinnuafl:**
   - Hver félagi telur upp öll tilfinningaleg umönnunarverkefni sem hann sinnir. Berðu saman lista og ræddu ágreining án þess að dæma.
2. **Getusamtal:**
   - Ræddu núverandi tilfinningalega getu þína og þægindastig með mismunandi tegundum tilfinningalegrar vinnu.
3. **Samningagerð:**
   - Búðu til munnlegan eða skriflegan samning þar sem fram kemur hver mun stjórna hvaða tilfinningalegum verkefnum, með sveigjanleikaákvæðum.
4. **Þakklætisæfingar:**
   - Deildu reglulega þakklæti fyrir tilfinningalegt vinnuframlag, styrktu viðurkenningu og jákvæð viðbrögð.
5. **Innritunarrútína:**

- Stofna vikulega eða tveggja vikna fundi til að ræða tilfinningalegt vinnuálag og laga samninga eftir þörfum.

Áfram: Að viðhalda tilfinningalegu jöfnuði til að vaxa sambönd

Tilfinningalegt jafnræði er ekki einskiptislausn heldur áframhaldandi skuldbinding. Lífsbreytingar, taugavíkjandi eiginleikar sveiflast og sambönd þróast. Samstarfsaðilar verða að halda áfram að hafa samskipti opinskátt, virða mörk og laga samninga til að viðhalda sanngirni og tengslum.

Með því að koma meðvitað jafnvægi á ósýnilega tilfinningalega vinnu, geta taugasveigjanleg pör komið í veg fyrir kulnun, dregið úr gremju og byggt upp nærandi umhverfi þar sem báðir aðilar finna að þeir eru metnir og studdir. Þessi sameiginlega ábyrgð styrkir nánd og leggur grunninn að blómlegu, seiguru sambandi.

Ályktun: Krafturinn í því að koma ósýnilegu vinnuafli fram í ljósið

Ósýnilegt tilfinningalegt vinnuafl er mikilvægur þáttur í samböndum sem oft gleymist, sérstaklega fyrir pör með ólíkum taugasjúkdómum. Með því að vekja athygli á því hver ber þessa vinnu, ræða það opinskátt og leitast við að finna tilfinningalegt jafnræði breytir duldum byrðum í sameiginlega styrkleika.

Þessi kafli býður pörum að takast á við þessar áskoranir af heiðarleika og samúð og viðurkenna að jafnvægi í tilfinningalegu starfi snýst ekki bara um sanngirni heldur um að dýpka tengsl, virðingu og ást. Þegar tilfinningalegu starfi er deilt og heiðrað verða sambönd sjálfbærari, ánægjulegri og ánægjulegri.

Hvernig á að biðjast afsökunar, tengjast aftur og samstjórna eftir átök - helgisiðir fyrir endurtengingu

---

Inngangur: Hvers vegna viðgerð skiptir máli

Átök eru óumflýjanleg í hvaða nánu sambandi sem er. Fyrir pör með ólíkum taugatjáningum, þar sem tilfinningatjáning, samskiptastíll og skynnæmi geta verið mjög mismunandi, getur misskilningur stigmagnast hratt og skilið eftir tilfinningaleg sár sem finnst sérstaklega erfitt að lækna. Hins vegar þurfa átök ekki að vera endir tengingar. Það getur þess í stað verið tækifæri til vaxtar, dýpkandi skilnings og eflingar nánd – ef nálgast er af ásetningi og færni.

Í þessum kafla er fjallað um mikilvæga hlutverk **viðgerð** í samböndum: hvernig pör geta beðist afsökunar, tengst aftur og samstillt tilfinningalega eftir ágreining eða tilfinningalegt rof. Viðgerð snýst ekki bara um að segja „fyrirgefðu," heldur um að endurheimta öryggi, traust og tilfinningalegt jafnvægi. Það er brúin sem umbreytir átökum úr ógn í tækifæri til endurnýjuðrar nálægðar.

Við munum einnig ræða praktískt **helgisiði fyrir endurtengingu**— litlar en öflugar aðgerðir sem pör geta notað til að lækna og viðhalda nánd með tímanum. Þessi verkfæri eru hönnuð með taugavíkkandi næmi og þarfir í huga, efla samúð, þolinmæði og skilvirk samskipti.

Skilningur á átökum og viðgerð í taugavíkjandi samböndum

Átök geta komið upp úr ýmsum áttum í taugavíkjandi samstarfi: mismun á samskiptastílum, skynjunarofhleðslu, óuppfylltum tilfinningalegum þörfum, áskorunum í stjórnunarstörfum eða einfaldlega misskilningi. Það sem gerir viðgerð nauðsynleg er að þessi átök geta leitt til tilfinninga um höfnun, tilfinningalega lokun eða bráðnun, sem getur verið sársaukafullt og einangrandi.

Viðgerð er ferlið þar sem pör viðurkenna skaða eða vanlíðan, tjá samúð og ábyrgð og vinna virkan að því að endurbyggja tilfinningaleg tengsl og öryggi. Án viðgerðar safnast upp lítil rof, sem veldur tilfinningalegri fjarlægð og veðrun á trausti.

Fyrir pör með ólíkum taugaboðum felur viðgerð einnig í sér að skilja og aðlagast einstökum leiðum sem hver félagi upplifir og tjáir vanlíðan, sem tryggir að sáttatilraunir séu aðgengilegar og þroskandi fyrir báða.

Þættir skilvirkrar viðgerðar

Viðgerð er meira en afsökunarbeiðni - hún felur í sér marga þætti sem stuðla að lækningu:

1. **Viðurkenning**: Að viðurkenna að skaði eða misskilningur hafi átt sér stað.
2. **Ábyrgð**: Að eiga hlutverk þitt í átökunum án þess að afvegaleiða sök.
3. **Samúð**: Staðfesta tilfinningar og reynslu maka þíns.
4. **Afsökunarbeiðni**: Bjóða einlæga og sérstaka afsökunarbeiðni sem fjallar um áhrifin.
5. **Viðgerðaraðgerðir**: Sýna skuldbindingu með áþreifanlegum viðleitni til að breyta eða bæta.
6. **Samstjórn**: Að vinna saman að því að róa og sefa tilfinningalega örvun.

7. **Endurtenging**: Að endurheimta tilfinningalega nálægð með því að staðfesta orð og gjörðir.

Hver þessara þátta gegnir mikilvægu hlutverki við að endurbyggja öryggi og traust.

Hvernig á að biðjast afsökunar: Fara út fyrir „Því miður"

Afsökunarbeiðnir eru oft misskildar eða vannýttar. Einfalt „afsakið" getur verið tómt eða ófullnægjandi, sérstaklega ef það skortir skýrleika eða ósvikna viðurkenningu. Árangursrík afsökunarbeiðni í taugadreifandi samböndum ætti að:

- **Vertu sérstakur**: Tilgreindu nákvæmlega hvað þú ert að biðjast afsökunar á. Í stað þess að "fyrirgefðu hvað gerðist," segðu, "Fyrirgefðu að ég truflaði þig þegar þú varst að reyna að útskýra tilfinningar þínar."
- **Viðurkenna áhrif**: Viðurkenna hvernig gjörðir þínar höfðu tilfinningalega áhrif á maka þinn.
- **Forðastu vörn eða afsakanir**: Einbeittu þér að hegðun þinni og áhrifum hennar frekar en að réttlæta eða lágmarka.
- **Tjáðu eftirsjá og löngun til að gera betur**: Sýndu að þér þykir vænt um tilfinningar maka þíns og ert tilbúinn að gera breytingar.

Dæmi:

"Ég geri mér grein fyrir því að þegar ég hækkaði röddina, þá hræddi það þig og varð til þess að þú lokaðist. Mér þykir það leitt. Það var ekki ætlun mín og ég vil finna leiðir til að hafa betri samskipti svo það gerist ekki aftur."

Afsökunaráskoranir fyrir taugavíkjandi pör

- **Alexitímía** (erfiðleikar við að bera kennsl á eða tjá tilfinningar) getur gert það erfitt fyrir annan eða báða maka að koma fram með afsökunarbeiðni eða tilfinningaleg áhrif.
- **Vanstarfsemi stjórnenda** getur gert það erfitt að skipuleggja eða muna að gera við, sem leiðir til vanrækslu fyrir slysni.
- **Næmi fyrir tón eða tungumáli** þýðir að afsökunarbeiðnir ættu að vera vandaðar til að forðast óviljandi kveikjur eða misskilning.

Pör geta sigrast á þessum áskorunum með því að nota skýrt, einfalt orðalag, skriflegar afsökunarbeiðnir ef þörf krefur, eða aðrar samskiptaaðferðir eins og dagbók eða textaskilaboð þegar augliti til auglitis er erfitt.

Að tengjast aftur eftir átök: Helgisiðir sem lækna

Endurtenging snýst um að endurheimta tilfinningalega nálægð og öryggistilfinningu eftir rof. Helgisiðir eru samkvæmar, viljandi vinnubrögð sem gefa til kynna viðgerð og hjálpa samstarfsaðilum að stjórna saman. Hér eru nokkur dæmi sem eru sérsniðin fyrir pör með ólíkum taugakerfi:

- **„Hlé og andaðu" helgisiðið**: Eftir átök gera félagar hlé saman í nokkrar mínútur af hægum, samstilltum öndunaræfingum eða jarðtengingu til að róa taugakerfið. Þetta hjálpar til við að stjórna tilfinningalegum styrk áður en talað er.
- **Innritunarathafnir**: Samstarfsaðilar ákveða tíma skömmu eftir ágreining til að kíkja á tilfinningar og gera við framfarir, styrkja skuldbindingu við sambandið.

- **Líkamleg þægindi helgisiði**: Sum pör geta fundið milda snertingu (hönd kreista, faðmlag) eða einfaldlega sitja hlið við hlið og hugga og tengjast aftur, aðlagað skynjunaróskir.
- **Skrifleg endurtenging**: Að skrifa minnismiða eða bréf þar sem þú tjáir tilfinningar, þakklæti eða afsökunarbeiðni þegar munnleg samskipti eru erfið.
- **„Endurræstu" helgisiði**: Að taka þátt í sameiginlegri skemmtilegri starfsemi (eins og göngutúr, hlusta á tónlist eða róandi áhugamál) til að endurstilla tilfinningalegan tón og tengjast aftur á jákvæðan hátt.

Þessa helgisiði er hægt að laga að skyn- og samskiptaþörfum hvers hjóna, með áherslu á sveigjanleika og samþykki.

Samstjórn: Heilun saman

Samstjórn er ferlið þar sem makar hjálpa hver öðrum að stjórna tilfinningalegri vanlíðan, róa taugakerfisvirkjun með gagnkvæmri nærveru og stilltum viðbrögðum. Það stangast á við tilfinningalegt regluleysi, þar sem auknar tilfinningar eru óheftar.

Lykilþættir sameftirlits eru:

- **Stilling**: Að vera til staðar og viðkvæmur fyrir tilfinningalegu ástandi maka þíns án þess að dæma.
- **Speglun og staðfesting**: Endurspegla tilfinningar maka þíns aftur til þeirra („Ég sé að þú ert í uppnámi og það er allt í lagi").
- **Líkamleg róandi**: Ef við á, notaðu snertingu eða róandi nálægð.
- **Sameiginleg öndun eða jarðtenging**: Notaðu núvitund eða líkamsræktaræfingar saman.

- **Pacing og þolinmæði**: Að gefa tilfinningum tíma til að jafna sig án þess að flýta fyrir upplausn.

Fyrir pör með ólíkum taugasviðum getur samstjórnun krafist sérstakra aðlaga, svo sem óorða vísbendingar eða samþykktar merki til að hefja róandi stuðning.

Viðgerð eftir bráðnun og lokun

Taugavíkjandi einstaklingar geta fundið fyrir bráðnun (ákaflega tilfinningalega yfirbugð) eða lokun (tilfinningaleg afturköllun) eftir átök. Viðgerð eftir þessar aðstæður krefst sérstakrar varúðar:

- Gefðu pláss og tíma fyrir bata áður en reynt er að leysa.
- Forðastu að þrýsta á tafarlausa afsökunarbeiðni eða umræðu.
- Notaðu mild og skýr samskipti til að tjá löngun þína til að tengjast aftur þegar þú ert tilbúinn.
- Berðu virðingu fyrir skynjunar- eða tilfinningalegum mörkum og tryggðu fullvissu án krafna.
- Gerðu þér grein fyrir því að viðgerð getur verið hægfara ferli, ekki einn atburður.

Að byggja upp viðgerðarmenningu

Viðgerð er áhrifaríkust þegar hún verður a **vana og gildi** innan sambandsins, frekar en sjaldgæfur eða þvingaður atburður. Pör geta ræktað viðgerðarmenningu með því að:

- **Staðlað mistök**: Að skilja að villur og átök eru óumflýjanleg og viðgerð er eðlileg viðbrögð.
- **Að æfa fyrirgefningu**: Bæði fyrir maka þinn og sjálfan þig, slepptu grið sem kemur í veg fyrir lækningu.

- **Að hvetja til varnarleysis**: Að skapa öruggt rými til að tjá sársauka eða eftirsjá opinskátt.
- **Að nota „viðgerðartungumál“**: Að læra setningar sem gefa merki um viðgerðarviðleitni eins og „Ég vil laga þetta“ eða „Við skulum taka okkur hlé og koma aftur að þessu.“
- **Fögnum litlum viðgerðum**: Viðurkenndu og þakkaðu viðgerðarstundir til að styrkja jákvæð mynstur.

Hagnýt skref til að innleiða viðgerðir í sambandi þínu

1. **Þekkja og trufla neikvæða hringrás**
   Taktu eftir þegar átök stigmagnast í ásakanir, afturköllun eða þögn. Komdu þér saman um merki eða hlé til að gera hlé og hefja viðgerð.
2. **Sammála um viðgerðaraðferðir**
   Ræddu og taktu ákvörðun um helgisiði eða aðferðir sem þú vilt velja til að tengjast aftur eftir átök.
3. **Skuldbinda sig til reglulegrar tilfinningalegrar innritunar**
   Byggðu upp stöðuga tíma til að tala um heilbrigði sambandsins áður en lítil rof verða stærri.
4. **Æfðu virka hlustun**
   Þegar rætt er um viðgerðir skaltu hlusta vel án þess að trufla eða verja.
5. **Notaðu staðfestandi og róandi tungumál**
   Einbeittu þér að „við“ tungumáli og mildum tóni til að skapa öryggi.
6. **Vertu þolinmóður og samúðarfullur**
   Viðgerð tekur tíma og fyrirhöfn, sérstaklega með taugavíkjandi mun á vinnslu og samskiptum.

Raunverulegt dæmi: Viðgerð í verki

Íhuga Alex og Jordan, félaga sem sigla um tilfinningalega flókið ADHD og einhverfu. Eftir heiftarlegan ágreining sem kviknaði af misskilningi fannst Alex vera ofviða og lokaður á meðan Jordan fann til sársauka og vísað frá.

Í stað þess að þrýsta á um tafarlausa úrlausn virti Jordan þörf Alex fyrir pláss og sendi skriflega athugasemd þar sem hann lýsti samúð og löngun til að gera við. Þegar Alex var tilbúinn, æfðu þeir „hlé og andaðu" helgisiði til að róa saman áður en þeir ræddu tilfinningar.

Þeir báðust afsökunar með sérstakri viðurkenningu, staðfestu reynslu hvers annars og sömdu um „endurræsingu" helgisiði kvöldgöngu eftir átök til að tengjast aftur tilfinningalega.

Með tímanum styrkti þetta ferli seiglu og nánd sambandsins og sýndi hvernig viljandi viðgerð getur breytt átökum í tengsl.

Íhugunarspurningar

- Hvernig höndlar þú og maki þinn venjulega átök? Eru viðgerðir tímabærar og árangursríkar?
- Hvaða viðgerðarathafnir eða aðferðir hljóma hjá ykkur báðum? Hvernig gætirðu fellt þau inn?
- Hversu þægilegt ertu með að biðjast afsökunar og þiggja afsökunarbeiðnir? Hvaða hindranir eru til?
- Á hvaða hátt geturðu stutt tilfinningalega stjórn hvers annars eftir átök?
- Hvernig geturðu skapað stöðugri tækifæri til viðgerðar áður en átök stigmagnast?

Samantekt

Viðgerð er hjarta tilfinningalegrar seiglu í hvaða sambandi sem er. Fyrir taugadreifandi pör þýðir það að ná tökum á viðgerð að læra að biðjast einlæglega afsökunar, samstjórna á áhrifaríkan hátt og nota helgisiði sem endurbyggja öryggi og nánd.

Með því að skuldbinda sig til að gera við sem áframhaldandi æfingu breyta pör átökum úr uppsprettu sambandsleysis í öflugt tæki til að dýpka ást og skilning. Máttur viðgerðarinnar felst ekki bara í því að laga það sem er bilað, heldur í að skapa tengslamenningu þar sem varnarleysi, samkennd og heilun er fagnað og deilt.

Endurskilgreina „farsæl" sambönd þegar þú ert taugavíkjandi - skuldbinding á þínum eigin skilmálum

---

Inngangur: Hvað þýðir „ást sem endist" í raun og veru?

Þegar við hugsum um varanlega ást snýst hin sameiginlega menningarlega frásögn oft um nokkrar staðlaðar hugsjónir: hjónaband, sambúð, sameiginlegan fjárhag eða „að eilífu eftir" á hefðbundinn, línulegan hátt. Hins vegar passa þessar almennu gerðir ekki alltaf vel - eða yfirleitt - fyrir pör þar sem annar eða báðir félagar eru taugavíkjandi.

Taugabilun - þar á meðal einhverfa, ADHD og annar vitsmunalegur eða skynjunarmunur - hefur í för með sér einstaka þarfir, áskoranir og leiðir til að tengjast sem kunna að vera ekki í samræmi við hefðbundnar væntingar um samband. Samt þýðir þetta ekki að taugavíkjandi pör geti ekki upplifað djúpa fullnægjandi, skuldbundna og varanlega ást. Þess í stað kallar það á **endurskilgreina hvernig árangur lítur út** og faðma **skuldbinding á þínum eigin forsendum**.

Þessi kafli býður þér að kanna nýjan, styrkjandi ramma til að viðhalda ást – ramma sem heiðrar taugavíkjandi raflögn þína, virðir mörk þín og fagnar þeim einstaka styrkleika sem þú kemur með sem par.

Takmörk hefðbundinna samskiptalíkana

Margir alast upp með teikningu um „hvernig ást á að líta út," oft mótuð af fjölmiðlum, fjölskyldu eða menningarviðmiðum:

- Hjónaband sem endanleg skuldbinding

- Samvera sem sönnun um nálægð
- Stöðug tilfinningaleg samstilling sem hugsjón
- Rómantík tjáð í ákveðnu mengi látbragða og helgisiða
- Forgangsraða partíma umfram allt annað

Þó að þessar hugsjónir geti virkað vel fyrir suma, skapa þær oft þrýsting, rugling eða tilfinningar um ófullnægjandi taugaskiptingu pöra. Til dæmis:

- **Félagslegar og skynrænar þarfir** gæti þurft meiri tíma eða líkamleg mörk en dæmigert er.
- **Munur á virkni stjórnenda** getur haft áhrif á daglegar venjur eða sameiginlega ábyrgð á þann hátt sem passar ekki við hefðbundnar væntingar.
- **Samskiptastíll** gæti litið öðruvísi út, minna augljóslega rómantískt eða rökrétt og beinskeyttara.
- **Tilfinningaleg úrvinnsla** gæti verið ósamstilltur, þar sem einn samstarfsaðili þarf meiri niður í miðbæ eða aðrar leiðir til að tengjast.

Þegar þú reynir að þvinga taugavíkkandi sambönd inn í taugamyndandi mót getur það leitt til gremju, kulnunar og ranghugmynda um bilun.

Að endurskilgreina velgengni: Hvað þýðir það að „varast“?

Ást sem endist snýst ekki um að mæta gátlista samfélagsins heldur um að rækta **þroskandi tenging sem virkar fyrir þig** með tímanum. Helstu spurningar sem þarf að íhuga eru:

- Hvernig skilgreinum við **stöðugleika** og **vöxtur** í sambandi okkar?
- Hvað gerir **skuldbindingu** þýða fyrir hvert og eitt okkar?

- Hvernig heiðrum við **þarfir einstaklinga** en hlúa að samstarfinu?
- Hvernig bregðumst við við **áskoranir** án þess að finnast okkur hafa „mistókst“?
- Hver eru einstök merki okkar um nánd og ánægju?

Fyrir taugavíkjandi pör lítur árangur oft svona út:

- Skýr, samúðarfull samskipti - jafnvel þótt þau séu ekki stöðug eða hefðbundin.
- Virðing fyrir skynrænum, tilfinningalegum og félagslegum þörfum hvers maka.
- Sveigjanleiki í hlutverkum og venjum sem byggir á styrkleikum frekar en væntingum.
- Virk viðgerð og viðhald á tengingu jafnvel þegar taktur er mismunandi.
- Að skapa öryggistilfinningu og viðurkenningu sem finnst ósvikin.
- Skuldbinding sem setur gæði tengingar í forgang, ekki útlit eða tímalínur.

Með því að skipta frá „uppfyllir normið“ yfir í „uppfyllir þarfir okkar“ opna pör dyrnar að sjálfbærri ást sem finnst raunveruleg og gefandi.

Skuldbinding á þínum eigin skilmálum

Skuldbinding er oft þröngt skilgreind sem óbreytt, æviloforð, stundum formlegt með lagalegum eða trúarlegum athöfnum. Fyrir taugavíkjandi pör getur skuldbinding verið miklu fljótari, þróast og persónulegri.

Sumir þættir skuldbindinga sem þarf að huga að eru:

- **Viljandi**: Velja að fjárfesta í sambandi þínu daglega, jafnvel þegar það lítur öðruvísi út en aðrir.

- **Mörk**: Skilgreina greinilega hvað þú þarft til að finna fyrir öryggi og virðingu og vera sammála um það saman.
- **Sveigjanleiki**: Gefa svigrúm fyrir breytingar á tengslaskipan, hlutverkum og nánd.
- **Gagnkvæmur stuðningur**: Að skuldbinda sig til að styðja við persónulegan vöxt hvers annars og taugavíkjandi þarfir.
- **Gagnsæi**: Viðhalda opnum samtölum um markmið, gremju og þarfir sem þróast.

Slík skuldbinding gæti litið svona út:

- Að velja að búa í sundur til að viðhalda sjálfstæði en viðhalda tilfinningalegri nálægð.
- Að hafa „opna" eða „fjöláhuga" samninga sem virða taugaskiptingar þarfir fyrir sjálfræði.
- Skilgreina eigin helgisiði og tengingarmerki, frekar en hefðbundin afmæli eða gjafir.
- Að leyfa pásur eða hlé til að stjórna skynjunar- eða tilfinningalegum ofgnótt án þess að binda enda á sambandið.
- Reglulega endurskoða og endurskoða hvað skuldbinding þýðir fyrir báða samstarfsaðila.

Heiðra taugavíkjandi styrkleika í skuldbindingu

Neurodivergence færir einstaka styrkleika sem geta aukið skuldbindingu:

- **Heiðarleiki og hreinskilni**: Margir taugavíkjandi einstaklingar meta skýr, sanngjörn samskipti, skera í gegnum félagslega tilgerð.
- **Einbeiting og ástríðu**: Þegar þeir eru tengdir sýna taugavíkjandi samstarfsaðilar oft djúpa tryggð og hollustu.

- **Sköpunarkraftur í úrlausn vandamála**: Að nálgast áskoranir í sambandinu með nýstárlegum, persónulegum aðferðum.
- **Tilfinningaleg dýpt**: Jafnvel þótt hún sé tjáð öðruvísi, getur tilfinningaupplifunin verið djúpstæð og ákafur.
- **Virðing fyrir mörkum**: Sterk tilfinning fyrir persónulegum mörkum getur skapað heilbrigt tengslarými.

Með því að tileinka sér þessa eiginleika geta pör byggt upp samstarf sem finnst satt og seigur.

Algengar áskoranir og hvernig á að sigla þær

Jafnvel með endurskilgreindum hugtökum krefst viðhalda ást athygli á hugsanlegum erfiðleikum:

- **Mistök í samskiptum**: Misskilningur getur komið upp þegar tjáningarstíll er ólíkur; viljandi tilraunir til að skýra og innrita hjálp.
- **Skynjun yfirþyrmandi**: Umhverfis- eða eðlisfræðilegir þættir gætu krafist aðlögunar og málamiðlana.
- **Tilfinningastjórnun**: Samstarfsaðilar gætu þurft einstaklingsbundnar og sameiginlegar aðferðir til að stjórna tilfinningalegum toppum eða lokun.
- **Félagsleg einangrun**: Taugaveiklun pör upplifa stundum takmarkaðan félagslegan stuðning, sem gerir vísvitandi samfélagsuppbyggingu mikilvæg.
- **Rútína vs nýjung**: Það getur verið flókið að jafna þörfina fyrir fyrirsjáanleg mynstur og löngunina í örvandi reynslu.

Verkfæri til að takast á við þetta eru:

- Skipulögð „innritun“ samskipta til að ræða heilsu sambandsins.

- Skynvænt umhverfi og samið áætlanir um félagsvist.
- Núvitund og líkamsrækt til að stjórna tilfinningum saman.
- Að finna taugavíkkandi samfélag eða meðferðarúrræði.
- Að búa til helgisiði sem koma jafnvægi á stöðugleika og spennu.

Skuldbinding í verki: Byggja upp daglega starfshætti

Að viðhalda ást „öðruvísi" þýðir að festa skuldbindingu inn í daglegt líf með litlum en þroskandi aðferðum:

- **Viljandi nærvera**: Gefðu þér tíma til að einbeita sér að hvort öðru án truflana.
- **Sameiginleg helgisiði**: Að búa til einstaka helgisiði (t.d. vikulega gönguferð, sameiginlegt áhugamál) sem heiðra takt þinn og tengingarstíl.
- **Innritun**: Að spyrja opinna spurninga eins og „Hvernig líður þér með okkur í dag?" að vera í takt.
- **Að virða endurhleðslutíma**: Heiðra þörf hvers maka fyrir einveru eða skynjunarhlé án dóms.
- **Fögnum Framsókn**: Viðurkenna vöxt og árangur frekar en að einblína á halla eða átök.
- **Sveigjanleiki með áætlunum**: Samþykkja breytingar á áætlunum eða þörfum án þess að taka þær persónulega.

Með því að forgangsraða þessum venjum styrkja pör bönd sín stöðugt, skapa samband sem aðlagast og varir.

Hlutverk sjálfsmyndar og hagsmunagæslu

Hluti af því að viðhalda taugavíkkandi sambandi er að faðma sjálfsmynd - ekki bara sem einstaklingar heldur sem par:

- Að viðurkenna **styrkleika og áskoranir** af taugadreifingu án fordóma.
- Talsmaður fyrir gistingu í félags-, fjölskyldu- eða vinnusamhengi til að styðja sambandið þitt.
- Að fræða vini og fjölskyldu um einstaka þarfir þínar og mörk.
- Byggja upp stolt og sjálfstraust í "öðruvísi" ástarsögu þinni.

Þessi styrking skapar grunn áreiðanleika og seiglu.

Hvenær á að leita utanaðkomandi stuðnings

Að viðhalda ást þýðir ekki að fara einn. Faglegur stuðningur getur verið mikilvægur, sérstaklega:

- Þegar átök stigmagnast eða finnst óleysanleg.
- Þegar annar eða báðir aðilar glíma við tilfinningalega stjórn eða áföll.
- Að þróa samskipta- og samstjórnunarhæfileika sem er sniðin að þínum þörfum.
- Fyrir hjálp við að sigla lífsbreytingar eða umtalsverða streituvalda.

Leitaðu að meðferðaraðilum og ráðgjöfum sem skilja taugadreifingu og staðfesta sambandsstíl þinn. Samfélagshópar eða jafningjastuðningur geta einnig veitt ómetanleg tengsl og nám.

Raunverulegt dæmi: Endurskilgreina velgengni fyrir taugavíkjandi ást

Lítum á samband Miu, sem er með einhverfu, og Sam, sem er með ADHD. Hefðbundin líkön um nálægð, eins og að búa saman í fullu starfi, olli verulegri streitu vegna mismuna í skynjun og framkvæmdastarfsemi.

Í staðinn bjuggu þeir til „skuldbundið en aðskilið“ búsetufyrirkomulag, settu tilfinningalega tengingu í forgang með daglegum myndsímtölum, skipulagðri sameiginlegri starfsemi og reglulegum heimsóknum á eigin forsendum. Þeir tjá sig opinskátt um þarfir og mörk og hafa hannað sína eigin tengingarathafnir, svo sem vikuleg kvikmyndakvöld og sameiginlega dagbók. Skuldbinding þeirra er ekki mæld með hefðbundnum áföngum heldur styrk samskipta þeirra, virðingu fyrir taugavíkjandi þörfum og sameiginlegum vexti. Þeir sýna að ástin getur varað fallega þegar hún er skilgreind af því sem raunverulega skiptir þig máli.

Íhugunarspurningar

- Hvernig hafa samfélagslegar eða menningarlegar hugmyndir um „farsæl sambönd“ mótað væntingar þínar?
- Hvað þýðir skuldbinding fyrir þig og maka þinn? Hvernig gæti það verið frábrugðið almennum skilgreiningum?
- Hverjir eru einstakir styrkleikar þínir sem taugavíkjandi par? Hvernig geturðu nýtt þér þá?
- Hvaða litlu daglegu venjur hjálpa þér að viðhalda tengingu og virða þarfir hvers annars?
- Hvar gætirðu þurft meiri stuðning eða sveigjanleika til að viðhalda tengslunum þínum?
- Hvernig geturðu fagnað sérstöðu sambandsins í stað þess að bera saman við aðra?

Samantekt

Varanleg ást er ekki einstæð fyrirmynd. Neurodivergent pör hafa vald til að **búa til sínar eigin skilgreiningar á velgengni og skuldbindingu**-þá sem virða raflögn þeirra, virða mörk sín og fagna styrkleikum sínum.

Með því að fara fram úr samfélagslegum væntingum geta pör byggt upp sambönd sem eru mjög fullnægjandi, aðlögunarhæf og seig. Þessi ást, „öðruvísi" skilgreind, getur haldið uppi með áskorunum og breytingum og vaxið ríkari með tímanum.

Ferðin í átt að ást sem varir er viðvarandi, krefst ásetnings, samúðar og sköpunar – en það er algjörlega mögulegt og mjög gefandi.

Ferðin frá viðbrögðum til meðvitaðrar tengingar

Inngangur: Umskiptin frá því að lifa af til að dafna í taugavíkjandi samböndum

Taugavíkkandi sambönd byrja oft í lifunarham. Fyrir mörg pör getur upphafsstig samstarfs verið eins og að sigla í flóknu völundarhúsi misskilnings, tilfinningalegra kveikja og ófullnægjandi þarfa. Sú áskorun sem felst í því að koma jafnvægi á skynnæmni, samskiptamun og hindranir á virkni stjórnenda leiðir oft til viðbragðsmynstra: tilfinningalega lokun, bráðnun, afturköllun og átakalotu.

Lifunarhamur einkennist af stöðugri viðleitni til að *komdu bara í gegn* á hverjum degi, halda í tengingu af hreinum viljastyrk þrátt fyrir tilfinningalega þreytu og endurtekinn misskilning. Þetta er ekki bilun – þvert á móti er það vitnisburður um styrkinn og seiglu sem taugavíkjandi pör bera þegar þau standa frammi fyrir heimi sem oft er ekki undirbúin til að skilja eða mæta raflögn þeirra.

En að lifa af er ekki þar sem ferðin þarf að enda. Þessi kafli býður upp á vongóða, hvetjandi könnun á því hvað það þýðir að fara lengra en aðeins að lifa af og í átt að því **blómstrar**— ástand þar sem sambandinu er ekki bara viðhaldið heldur hlúð að því, vaxið í dýpt, meðvitund og gleði.

Skilningur á lifunarham í taugavíkjandi samböndum

Áður en haldið er áfram er mikilvægt að viðurkenna hvernig lifun lítur út í samhengi taugaafvikandi pars:

- **Ofurvigi og viðbrögð**: Stöðug árvekni fyrir hugsanlegum kveikjum eða átökum leiðir til ofhleðslu álags. Báðir samstarfsaðilar geta brugðist í vörn eða dregið sig til baka til að vernda sig.
- **Tilfinningaleg kulnun**: Orkan sem varið er í að stjórna misskilningi, skynjunarofbeldi og félagslegum væntingum getur dregið úr lífsþrótti sambandsins.
- **Misræmi í tilfinningalegri reglugerð**: Lokun annars félaga getur verið eins og yfirgefa hinn, á meðan bráðnun hins getur verið yfirþyrmandi eða óörugg.
- **Samskiptabilun**: Rangtúlkun á orðum, tóni eða líkamstjáningu getur aukið átök, þannig að báðir aðilar líða óheyrðir eða ógildir.
- **Að fórna sjálfsþörfum**: Oft bælir annar eða báðir aðilar niður þarfir þeirra til að viðhalda friði eða tengslum, sem leiðir til gremju og þreytu.
- **Óljós mörk og hlutverk**: Skortur á skýrum samningum um ábyrgð og tilfinningalegt vinnuafl blandar saman streitu og rugli.

Þessi mynstur geta fest sig í sessi, sem gerir það að verkum að sambandið sé röð hindrana frekar en uppspretta þæginda og vaxtar.

Hvers vegna skiptir máli að flytja lengra en að lifa af

Þó að lifunaraðferðir geti hjálpað pörum að standast erfiða tíma, eru þær venjulega ekki sjálfbærar til lengri tíma litið. Að vera áfram í lifunarham getur:

- Viðvarandi tilfinningalegt sambandsleysi og einmanaleika.

- Leiðir til langvarandi streitu og líkamlegra heilsufarsvandamála.
- Styrktu neikvæða hringrás misskilnings og viðbragða.
- Draga úr tækifærum til raunverulegrar nánd og gleði.
- Efla tilfinningar einangrunar og vonleysis.

Markmiðið með því að fara í átt að blómstri er að skipta út lifunaraðferðum fyrir **meðvituð tengsl**-ástand þar sem báðir aðilar upplifa sig örugga, séð og studdir og þar sem sambandið verður uppspretta lækninga og styrks.

Hvernig lítur blómstrandi út í taugavíkjandi samböndum?

Blómleg sambönd einkennast af:

- **Tilfinningavitund og reglugerð**: Samstarfsaðilar þekkja eigin tilfinningaástand og geta miðlað þeim á áhrifaríkan hátt. Þeir þróa einnig færni til að styðja tilfinningalegar þarfir hvers annars án þess að verða óvart.
- **Viljandi samskipti**: Samtöl eru skýr, samúðarfull og taka tillit til taugavíkkandi muns á tjáningu og úrvinnslu. Virk hlustun og staðfesting eru grundvallaratriði.
- **Gagnkvæm virðing fyrir mörkum**: Hver félagi virðir skynjunar-, félagslegar og tilfinningalegar takmarkanir hins og skapar öruggt ílát fyrir tengingu.
- **Sameiginleg ábyrgð**: Tilfinningaleg vinnuafl og viðhald sambandsins er meðvitað í jafnvægi, kemur í veg fyrir kulnun og gremju.

- **Hugarfar vaxtar**: Litið er á sambandið sem kraftmikið samstarf í þróun þar sem áskoranir eru tækifæri til náms frekar en ógnir.
- **Fagn um taugavíkjandi styrkleika**: Samstarfsaðilar viðurkenna og nýta einstaka hugsunarhætti, tilfinningu og ást sem eignir frekar en hindranir.
- **Gleði og leikgleði**: Fyrir utan að stjórna áskorunum felur sambandið í sér augnablik af hlátri, sjálfsprottnum og sameiginlegri ánægju sem auðgar tengslin.

Ferðin: Frá hvarfgirni til meðvitaðrar tengingar

Að flytja frá því að lifa af til að blómstra er ferli - oft ólínulegt - sem krefst þolinmæði, hugrekki og skuldbindingar. Hér eru helstu stig og venjur sem taka þátt:

1. Rækta sjálfsvitund

Að blómstra byrjar með sjálfsvitund einstaklingsins. Hver félagi verður að þróa djúpan skilning á eigin taugavíkjandi raflögn, tilfinningalegum kveikjum, skynþörfum og samskiptastíl. Þetta felur í sér að viðurkenna:

- Þegar þú ert að verða viðbrögð eða óvart.
- Merkin sem líkami þinn og hugur gefa þegar þú þarft pláss eða stuðning.
- Hvernig taugavíkjandi eiginleikar þínir hafa áhrif á skynjun þína og viðbrögð.
- Persónuleg viðbrögð þín - bæði heilbrigð og óhjálpleg.

Sjálfsvitund er undirstaða tilfinningalegrar stjórnunar og hæfni til að eiga sannkölluð og róleg samskipti.

2. Þróa færni í tilfinningalegri reglugerð

Tilfinningastjórnun þýðir ekki að bæla tilfinningar heldur að læra að stjórna þeim á þann hátt sem styður við tengingu. Neurodivergent samstarfsaðilar njóta oft góðs af sérsniðnum aðferðum eins og:

- Jarðtengingu og núvitundaraðferðir aðlagaðar að skynnæmi.
- Að þekkja snemma merki um bráðnun eða lokun og taka fyrirbyggjandi skref.
- Nota samþykkt „hlé" merki til að stíga til baka án stigmögnunar.
- Að taka þátt í samstjórnunaraðferðum eins og samstilltri öndun eða mildri snertingu (með samþykki).

Þessi færni dregur úr viðbragðslotum og byggir upp tilfinningalegt öryggi.

3. Að æfa viljandi, samúðarfull samskipti

Blómleg pör þróa samskiptastíl sem virðir þarfir beggja maka og mismun. Þetta felur í sér:

- Notaðu skýrt, beinskeytt orðalag laust við forsendur eða tvíræðni.
- Athugaðu skilning áður en brugðist er við.
- Að tjá þarfir og tilfinningar á varnarlausan hátt án söks eða dóms.
- Bjóða upp á samúð og staðfestingu jafnvel í ósamkomulagi.
- Skipuleggja reglulega innritun til að ræða heilsu sambandsins.

Viljandi samskipti skapa áreiðanlega brú yfir eyður í úrvinnslu og tjáningu.

4. Að semja um og virða mörk

Skýr mörk eru nauðsynleg fyrir öryggi og virðingu í blómlegum samböndum. Samstarfsaðilar vinna saman að því að:

- Þekkja skynjun, tilfinningaleg og félagsleg mörk með skýrum hætti.
- Miðlaðu þessum mörkum opinskátt og án skammar.
- Stilltu væntingar og venjur til að virða takmörk.
- Styðjið hvort annað þegar endursemja þarf um mörk.
- Viðurkenndu að mörkasetning er tegund af sjálfumhyggju, ekki höfnun.

Mörk draga úr ofgnótt og skapa traust.

5. Jafnvægi á tilfinningalegri vinnu og sameiginlegri ábyrgð

Blómleg pör ræða opinskátt hver beri hvaða tilfinningalega og raunhæfa ábyrgð. Þetta felur í sér:

- Að viðurkenna ósýnilega vinnu eins og að stjórna áætlunum, muna smáatriði og sjá fyrir þarfir.
- Að dreifa verkefnum eftir styrkleikum og framboði, ekki kyni eða hefð.
- Notkun verkfæra eins og sameiginleg dagatöl, áminningar eða samskiptaforrit til að auðvelda framkvæmdastjórnaráskoranir.
- Athugaðu reglulega til að koma í veg fyrir kulnun og endursemja um hlutverk eftir þörfum.

Jafnvægi tilfinningalegrar vinnu viðheldur tengingu og sanngirni.

6. Faðma vöxt og sveigjanleika

Ekkert samband er kyrrstætt. Blómleg pör nálgast samstarf sitt af forvitni og sveigjanleika:

- Að samþykkja að þarfir og getu breytast með tímanum.
- Að vera reiðubúinn til að prófa nýjar aðferðir eða leita eftir stuðningi þegar hann er fastur.
- Að líta á mistök eða átök sem tækifæri til viðgerðar og náms.

- Að fagna framförum frekar en fullkomnun.

Þetta vaxtarhugarfar stuðlar að seiglu og áframhaldandi dýpkun.

Umbreytingarmáttur viðgerðar og endurtengingar

Aðalatriðið í blómlegum samböndum er máttur viðgerðar. Jafnvel samstilltustu pörin verða fyrir misskilningi, átökum og áföllum. Munurinn liggur í því hvernig þeir bregðast við:

- Biðst innilega afsökunar og axli ábyrgð.
- Að bjóða upp á fullvissu og líkamlega eða tilfinningalega þægindi.
- Að taka þátt í helgisiðum sem endurbyggja traust og nálægð.
- Að iðka fyrirgefningu - ekki sem að gleyma heldur sem að losa sambandið til að halda áfram.

Viðgerð er athöfn skuldbindingar og kærleika, sem vefur styrk úr varnarleysi.

Lokasagan: Ferð pars frá því að lifa af til að dafna

Til að koma þessum hugtökum til skila skaltu íhuga sögu Jordan og Alex:

Jordan, einhverfur, og Alex, sem greindust með ADHD, kynntust rúmlega tvítug. Snemma í sambandi þeirra stóðu þau frammi fyrir tíðum misskilningi. Þörf Jordan fyrir skipulagðar venjur stangaðist á við sjálfsprottinn Alex. Skynnæmi Jordans leiddi til afturköllunar þegar hann var yfirbugaður, sem Alex túlkaði sem höfnun. Hvatvísi Alex fannst stundum óskipuleg fyrir þörf Jordan fyrir fyrirsjáanleika.

Í mörg ár voru þau í lifunarham – sigla um misskilning, forðast átök til að halda friði og baráttu við að uppfylla ósagðar væntingar hvers annars. Þau elskuðu innilega en fannst þau oft einangruð innan sambandsins.

Tímamótin urðu þegar þau hófu meðferð hjá pararáðgjafa sem staðfestir taugasjúkdóm. Þeir lærðu að þekkja viðbragðsmynstur þeirra og skuldbundu sig til að byggja upp tilfinningalega stjórnunarhæfileika saman. Þeir þróuðu sameiginlegt tungumál fyrir þarfir þeirra og mörk, skapa skýra samninga um niður í miðbæ, samskipti og nánd.

Þeir tóku upp daglega innritun þar sem þeir deildu tilfinningum opinskátt án þess að dæma. Þeir bjuggu til helgisiði sem sameinuðu ást Jordan á rútínu og þörf Alex fyrir nýjung, svo sem vikulegt „ævintýrakvöld" fylgt eftir af rólegum morgnum.

Með tímanum dýpkuðu tengsl þeirra. Þeir færðust frá því að lifa aðeins af í að dafna. Þeir lærðu að ást snýst ekki um fullkomna sátt heldur um að skapa rými fyrir mismun og vöxt.

Í dag segja Jordan og Alex að þeir séu tengdari, studdir og glaðir en nokkru sinni fyrr. Ást þeirra er meðvitað, þróast samstarf - rætur í virðingu, skilningi og sameiginlegri skuldbindingu.

Íhugunar- og aðgerðaskref

Þegar þú lokar þessu umbreytandi ferðalagi um að endurbyggja nánd, skaltu íhuga þessar hugsandi ábendingar:

- Hvar sérðu sjálfan þig og maka þinn á litrófinu frá því að lifa af til að dafna?
- Hvaða viðbragðsmynstri tekur þú eftir að þú vilt breyta?
- Hvaða tilfinningastjórnunaraðferðir hljóma hjá þér? Hvernig geturðu æft þau reglulega?
- Hvernig geturðu aukið samskipti til að vera viljandi og miskunnsamari?

- Hvaða mörk þarfnast skýrari skilgreiningar eða virðingar?
- Hvernig er hægt að koma jafnvægi á tilfinningalega vinnu á réttlátari hátt?
- Hvaða helgisiði eða venjur geturðu búið til til að hlúa að meðvituðum tengslum?
- Hvernig gætir þú endurskoðað áskoranir sem tækifæri til vaxtar?

Byrjaðu á því að velja eitt lítið skref sem þú getur tekið í dag til að færa samband þitt í átt að blómstri.

Samantekt: Að faðma ferðina áfram

Ferðin frá því að lifa af til að dafna er kröftug umbreyting. Það krefst hugrekkis til að horfast í augu við erfiðar tilfinningar, heiðarleika til að eiga samskipti á ekta og samúð til að heiðra mismun. En það lofar líka djúpstæðum umbun: sambandi sem finnst öruggt, lifandi og djúpt tengt.

Fyrir taugavíkjandi pör þýðir blómleg að skapa ást sem heiðrar einstaka raflögn þína, virðir mörk þín og fagnar styrkleikum þínum. Það þýðir að velja tengingu fram yfir átök, vöxt fram yfir stöðnun og gleði fram yfir þolgæði.

Ástarsögu þína er þitt að skrifa - ekki með því að fylgja handriti einhvers annars heldur með því að búa til frásögn sem passar við þann sem þú ert í raun og veru. Þegar þú stígur fram frá því að lifa af til að dafna, veistu að þú hefur seiglu, visku og getu til að byggja upp samband sem viðheldur og nærir ykkur bæði, nú og um ókomin ár.

LOKIÐ

www.ingramcontent.com/pod-product-compliance
Lightning Source LLC
LaVergne TN
LVHW050859051026
849532LV00006BA/2311